अभिप्राय

महाश्वेता : समर्थ जीवनाची कहाणी

डॉ. आनंदशी प्रेमविवाह झाल्यानंतर कोड फुटलेल्या अनुपमाला परित्यक्तेचे आयुष्य जगावे लागते. डॉ. वसंत तिच्या कोडासकट तिला स्वीकारायला तयार असूनही नवरा, प्रेम संसार निरर्थक वाटून आधुनिक सुसंस्कृत, तडफदार नायिका साकारण्यात ती यशस्वी होते. कर्नाटक संगीत, यक्षगान, संस्कृत साहित्यातील संदर्भ यामुळे कादंबरीचे कलात्मक मूल्य वाढले आहे.

१७ नोव्हेंबर २००२

नायिकेभोवती फिरणारी 'महाश्वेता'

डॉ. आनंद त्याच्या मर्जीप्रमाणे विवाह झालेला असूनही तो केवळ पत्नीला कोड फुटलंय म्हणून आईच्या सांगण्यानुसार पत्नीचा त्याग करून रिकामा झालेला आहे. ही त्यांची व्यक्तिरेखा तितकीशी बोलकी आणि स्पष्ट झालेली नाही.

नायिका प्रधान कादंबरी राहिल्यामुळे फक्त नायिकेची व्यक्तिरेखा स्पष्ट झालेली आहे. बाकीची पात्रे ठिगळ लावल्याप्रमाणे वावरताना दिसतात. पुढे काय होणार? ही उत्कंठा अनुवादिकेने शेवटपर्यंत टिकवून ठेवलेली आहे.

रविवार, ३ नोव्हेंबर २००२

विषय एकच, प्रकृती भिन्न

'कोड उठलेली स्त्री' सुधा मूर्तींची नायिका ही फार काळ परित्यक्ता जिण्याखाली कोलमडत नाही. स्वत:च्या शिक्षणाचा आधार घेऊन ती आयुष्यात पुन्हा उभी राहते. स्वत:च्या पायावर व समर्थपणे स्वत:चे मित्रमैत्रीणींचे वर्तुळ निर्माण करते.

दैनिक लोकमत, २०-१०-२००२

दर्दभरी दास्तां...

अनुपमाचं सौंदर्य हाच गुण मानला गेलेल्या त्या घरात, अंगावरील कोडामुळे तिची पुरती ओळखच मिटवून टाकली जाते. ही मिटवून टाकलेली ओळख अनुपमा ज्या ताकदीने आयुष्याचा स्वीकार करत मिळवत जाते, त्याची ही कथा आहे. कादंबरीची भाषा भारदस्त आहे. काही ठिकाणी ती अधिक अलंकारिक होते, उपमांचा अनावश्यक वापरही जाणवतो. परंतु ती कादंबरीच्या एकूण मांडणीला शोभते, हेही खरे.

लोकरंग, रविवार, १३ जुलै २००३

लग्नानंतर अंगावर कोडाचा डाग उमटल्यामुळे एका तरुणीच्या आयुष्याची होणारी फरफट हा या कादंबरीचा विषय आहे. पारंपरिक वातावरणातून आलेल्या आणि कोडामुळे एका अर्थाने बहिष्कृत ठरलेल्या तरुणीला लेखिकेने खंबीर बनवले आहे. त्यामुळे रडत न बसता किंवा शेवटीही भावनेच्या आहारी न जाता निर्णय घेते. लेखिकेच्या प्रगल्भ विचारांचे दर्शनही कादंबरीत घडते. अनेक भाषांत अनुवादित झालेली ही कादंबरी आता मराठीतही आली असून वाचकांना ती आवडेल अशी आहे.

दैनिक सामना, २०-१०-२००२

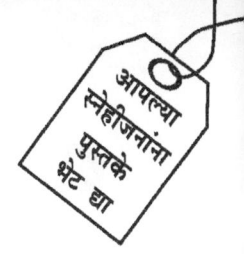

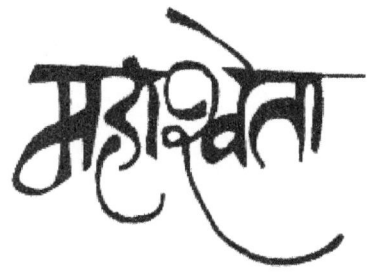

महाश्वेता

लेखक

सुधा मूर्ती

अनुवाद

उमा कुलकर्णी

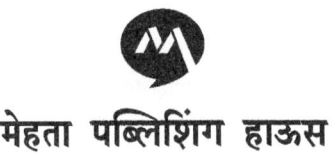

मेहता पब्लिशिंग हाऊस

MAHASHWETA by SUDHA MURTY

© Sudha Murty

Translated into Marathi Language by Uma Kulkarni

महाश्वेता / अनुवादित कादंबरी

अनुवाद : उमा कुलकर्णी

Email : author@mehtapublishinghouse.com

मराठी अनुवादाचे व प्रकाशनाचे हक्क मेहता पब्लिशिंग हाऊस, पुणे.

प्रकाशक : सुनील अनिल मेहता, मेहता पब्लिशिंग हाऊस,
१९४१, सदाशिव पेठ, माडीवाले कॉलनी, पुणे – ३०.

मुखपृष्ठ : चंद्रमोहन कुलकर्णी

आतील रेखाचित्र : सचिन जोशी

प्रकाशनकाल : ऑगस्ट, २००२ / सप्टेंबर, २००४ / डिसेंबर, २००६ /
जून, २००७ / डिसेंबर, २००७ / ऑगस्ट, २००८ /
जानेवारी, २०१० / मार्च, २०११ / जून, २०१२ /
सप्टेंबर, २०१३ / फेब्रुवारी, २०१५ / नोव्हेंबर, २०१६ /
जून, २०१८ / जानेवारी, २०२० /
पुनर्मुद्रण : फेब्रुवारी, २०२१

P Book ISBN 9788177663082

E Book ISBN 9789386454249

E Books available on : play.google.com/store/books
www.amazon.in
https://books.apple.com

धैर्याने समर्थ जीवन जगू पहाणाऱ्या
'कोड'ग्रस्त स्त्रियांना-

प्रस्तावना

मूळची उत्तर कर्नाटकातली असल्यामुळे माझ्या दृष्टीनं मराठी परकी भाषा नाही. तीन-चार वर्षांचा बालपणातला काळ मी कोल्हापूर आणि कुरुंदवाडमध्ये काढला आहे. तारुण्यातली महत्त्वाची आठ वर्षं मी पुण्यातच होते. इथेच माझी नारायण मूर्तींशी भेट झाली. 'इन्फोसिस' कंपनीची सुरुवातही इथंच माझ्या घरात झाली. अशा प्रकारे माझं पुण्याशी नातं जुळलं आहे.

मी मूळची कन्नड प्रदेशातली असल्यामुळे माझ्या भावना मातृभाषेतच स्पंदन पावतात. त्यामुळे माझ्या साऱ्या कादंबऱ्या मी कन्नड भाषेतच लिहिल्या आहेत.

'महाश्वेता'ला कन्नड भाषेत अपेक्षेपेक्षा भरपूर प्रसिद्धी मिळाली. ही कादंबरी तेलगू, तमिळ, हिंदी या भाषांमध्ये अनुवादित होऊन विपुल वाचकांच्या प्रशस्तीस पात्र ठरली आहे. आता ही मराठी भाषेत अनुवादित होऊन मराठी वाचकांपर्यंत पोहोचत आहे, ही माझ्या दृष्टीनं अत्यंत आनंदाची घटना आहे.

अंगावर कोडाचा डाग उमटणं म्हणजे जीवनाचा अंतच जवळ आला, असं मानलं जातं. तो एक केवळ 'चर्मरोग' आहे असं कुणी मानत नाही. त्यातही एखाद्या वयात येणाऱ्या मुलीच्या अंगावरचा पांढरा डाग तर साऱ्या घराण्यावरचा 'शाप' बनतो.

अशा वातावरणात घेरल्या गेलेल्या सुंदर अनुपमाच्या धैर्याविषयी ही कादंबरी सांगते.

मराठी साहित्य-जगतासाठी माझी मैत्रिण सौ. उमा कुलकर्णी ह्यांनी हा सुंदर अनुवाद केला आहे. अल्पावधीत 'महाश्वेता' प्रकाशित करणाऱ्या 'मेहता पब्लिशिंग हाऊस' आणि सुनील मेहता यांच्याविषयी मी कृतज्ञता व्यक्त करते.

मराठी वाचकहो, तुमचा अभिप्रायच माझ्या दृष्टीनं महत्त्वाचा आहे!

सुधा मूर्ती
बेंगळूर
४-०२-२००२

चार शब्द

'महाश्वेता'च्या मराठी अनुवादाची जबाबदारी स्वीकारताना काही गोष्टी मला महत्त्वाच्या वाटल्या. कन्नड कादंबरीच्या क्षेत्रात एम. के. इंदिरा आणि त्रिवेणी या लेखिकांचं स्थान महत्त्वाचं आहे. कादंबरी घराघरातच नव्हे, तर माजघरातही अत्यंत लोकप्रिय करण्याचं श्रेय त्यांच्याकडे जातं. दर्जेदार लेखन करून लोकप्रियता मिळणाऱ्या त्रिवेणीनंतर या परंपरेत खंड पडला होता. सौ. सुधा मूर्तींनी ती परंपरा जोमानं पुढे नेली आहे.

पण हे करताना सौ. सुधा मूर्ती यांनी आजच्या वास्तवाचं फार छान भान राखलं आहे. त्यांची नायिका पारंपरिक वातावरणातून आली असली, तरी आधुनिक जीवनाशीही स्पंदन पावणारी आहे. ती सुशिक्षित, सुसंस्कृत आणि समर्थ आहे— बंडखोर नव्हे. त्यामुळे ती बहुसंख्य भारतीय स्त्रियांची प्रतिनिधी बनते. कदाचित हेच या कादंबरीच्या इतर भाषांमधील अनुवादांचं यश असेल!

या अनुवादामुळे 'मेहता पब्लिशिंग हाऊस'शी जुळलेलं नातं आणखी दृढ होणार होतंच, त्याचबरोबर सुमारे अठरा-वीस वर्षांपूर्वी जुळून दुरावलेल्या सौ. सुधा मूर्ती या साहित्यप्रेमी मैत्रिणीबरोबरच्या जुन्या स्नेहाला उजाळा देण्याचा मोह होता, हे तरी कशाला नाकारू?

थोडक्यात, या कादंबरीच्या अनुवादानं मला आनंद दिला आहे. त्यात श्री. विरूपाक्ष कुलकर्णींचा वाटा आहेच. मराठी वाचकही माझ्या आनंदात सहभागी होतील, अशी अपेक्षा आहे.

सौ. उमा वि. कुलकर्णी

पुणे.

पहाटेचं थंडगार वारं खिडकीतून शिरून चेहऱ्यावर आलं, तेव्हा थकलेल्या--घामेजलेल्या आनंदचा जीव थंडावला. रात्रभरच्या कामानं तो दमून गेला होता. बाळंतिणीची नवजात अर्भकाला पाहण्याची तीव्र इच्छा आणि नवजात बालक रडायला तयार नव्हतं !

मुळात हृदय कमकुवत असलेल्या गर्भारशीनं संपूर्ण रात्रभर क्षणोक्षणी मृत्यूशी दोन हात करत जन्म दिलेलं बाळ ते ! तिच्या बरोबरीनं आनंद आणि त्याचे प्राध्यापकही रात्रभर मृत्यूशी झगडा देत लढले होते. प्रोफेसर देसायांच्या कर्तृत्वशक्ती-पुढे ते मोठंच आव्हान होतं. आनंदही एका नव्या अनुभवातून जात होता. सारी रात्र ते तिघंही जागेच होते.

ऑपरेशन यशस्वी झालं. बाळ भूतलावर उतरलं, पण न रडून त्या बाळानं सगळ्यांपुढे यक्षप्रश्नच टाकला होता. त्याच्या नाजूक कोवळ्या ओठांवर आपले जाडेभरडे ओठ ठेवून आनंद कृत्रिम श्वासोच्छ्वास सुरू करण्यासाठी धडपडत होता. अखेर एकदाचं बाळानं अगदी नाजूकपणे 'कुईं–' केलं.

डॉक्टर देसायांच्या चेहऱ्यावर समाधानाचं हास्य पसरलं. त्यांनी सुटकेचा निश्वास सोडला. 'आनंद, आणखी रडू दे–' असं सांगून ते हात धुवायला निघून गेले. एवढा वेळ उभे असलेले बालरोगतज्ज्ञही आवरून निघाले. जाताजाता ते म्हणाले, 'मुलगी ना? मग नक्की जगेल. शिवाय पुढं रडेलही भरपूर !'

तिथं फक्त बाळ-बाळंतीण, आनंद आणि नर्स प्रभावती राहिले. एव्हाना बाळ मोठ्यानं रडू लागलं होतं. प्रभावतीच्या चेहऱ्यावरही हसू होतं. लेबररूममध्येच केस

पांढरे झालेल्या प्रभावतीच्या मनात आलं— जन्मत: मुलापेक्षा मुलगी काटक असते, पण पुढच्या आयुष्यात मात्र तिला सतत पुरुषापुढे नमतं घ्यावं लागतं, ना! मनातले विचार बाजूला सारून ती लगोलग पुढच्या कामाला लागली.

आनंदनंही लगोलग बाळाच्या जन्माचा सगळा तपशील भरायला सुरुवात केली. वेळ, तारीख, आई-वडिलांचं नाव, जात वगैरे. बाळाच्या आयुष्यात आई आणि वडिलांचं सारखंच स्थान असतं. बाळाची आई हीच, याविषयी कुठलाही संशय नसतो. पण बाळाचे वडील कोण, याविषयी मात्र तिथं कुठलीच खूण नसते. आई नाव सांगेल, तेच बाळाचे वडील ! किती विचित्र हे ! मृत्यूच्या मुखापर्यंत जाऊन माघारी आणणाऱ्या या प्रत्यक्ष जनन-क्रियेत पुरुष फक्त 'प्रेक्षक'च असतो !

त्यानं बाळाकडे पाहिलं. त्याच्या मनात उमटणाऱ्या क्रिया-प्रतिक्रियांपासून मुक्त असलेलं बाळ मात्र रडून-रडून लालबुंद होत होतं.

आनंदनं हातातल्या घड्याळात पाहिलं– सात वाजले होते. ड्यूटी संपली होती. लवकर घरी जाऊन मस्तपैकी झोपून जाण्याची इच्छा तीव्र होत होती. हात धुऊन, ड्यूटी-रूममधून आपला एप्रन घेऊन बाहेर निघताना समोरच नर्स प्रभावती भेटली, 'डॉक्टर, सरांचं घड्याळ इथंच राहिलंय. तुम्ही जाताजाता त्यांना देऊन जा–'

आनंदच्या लक्षात आलं, रात्रभरचा ताण आणि दमणूक यामुळे देसाईसर ते घड्याळ विसरून गेले असावेत. नाहीतर ते अतिप्रिय घड्याळ ते कधीच विसरून जाणं शक्य नाही!

प्रभावतीनं दिलेलं घड्याळ खिशात ठेवत तो हॉस्पिटलबाहेर आला आणि तिथं उभ्या असलेल्या चकचकीत स्टील कलरच्या नव्या करकरीत ओपेल ॲस्ट्रा गाडीत बसला.

◆ ◆ ◆

एव्हाना देसायांचं ते घड्याळ बरंच प्रसिद्धी पावलं होतं. डॉक्टर देसाई इंग्लंडमध्ये शिकत होते, तेव्हा त्यांच्या तिथल्या प्राध्यापकांनी ते घड्याळ त्यांना दिलं होतं. वर्गात शिकवतानाही आपल्या त्या प्राध्यापकांच्या बुद्धिमत्तेविषयी, शल्य-कौशल्याविषयी आणि मृदु हृदयाविषयी सांगितल्याशिवाय त्यांचा एक दिवसही जात नसे.

एकदा एका विद्यार्थ्यानं भर वर्गात त्यांना खोडसाळपणे विचारलं होतं, 'सर, तुम्ही हे घड्याळ कुणाच्या हातात बांधणार?' त्यावर ते म्हणाले होते, 'फारच चांगला प्रश्न आहे ! यंदा एमबीबीएसला जो कुणी पहिला येईल, त्याला

हे– नव्हे, दुसरं रिस्टवॉच मी देईन ! आपलं एचएमटी–'

आनंदनं पुन्हा आपल्या घड्याळाकडे पाहिलं. हे काही त्याच्या दृष्टीनं केवळ वेळ दाखवणारं घड्याळ नव्हतं. एमबीबीएसच्या परीक्षेत पहिला आल्याबद्दल देसाईसरांकडून मिळालेली ती भेट होती.

त्यानं क्षणार्धात तडक घरी जाण्याचा विचार सोडला आणि कार देसायांच्या घराकडे वळवली. वयोपरत्वे विसराळू बनत चाललेले सर घड्याळ न दिसल्यामुळे कसे सैरभैर झाले असतील, या विचारानं तो व्याकूळ झाला.

तो घरी पोहोचला, तेव्हा देसायांच्या पत्नी हॉलमध्ये रेडिओ ऐकत बसल्या होत्या. त्याला पाहताच त्या उत्साहानं म्हणाल्या, 'ये...ये ! हे काय? इतक्या सकाळी? घरून आलास, की हॉस्पिटलमधून?'

'हॉस्पिटलमधून. सर घड्याळ विसरले होते, ते द्यायला आलो.'

वसुमतीताई हसल्या. त्यांनाही त्या घड्याळाचा इतिहास ठाऊक होता. आनंदशी त्यांचं लांबचं नातंही होतं. त्या उठत म्हणाल्या, 'थांब आनंद, चहा पिऊन जा.'

'नको. आई वाट पाहत असेल.'

त्याच वेळी देसाईसर आपल्या खोलीतून बाहेर आले. त्यानं दिलेलं घड्याळ खुशीनं मनगटावर बांधत ते म्हणाले, 'अरे आनंद, वसुमतीनं आज तुला जेवायला सांगितलंय. मीच सांगायला विसरलो तुला. त्यापेक्षा असं कर– इथंच थांब तू. जेवूनच घरी जा.'

'नको सर ! घरात आई एकटी आहे.'

'हं ! आईचं कुक्कुलं बाळ तू ! मी इंग्लंडला गेलो, तेव्हा तुझ्यापेक्षा लहान होतो. एकटाच–'

'अहो, तोही इंग्लंडला जाईल तेव्हा एकटाच जाईल ना !' वसुमतीताईंनी त्यांना मध्येच अडवलं. नंतर आनंदकडे वळत त्या म्हणाल्या, 'बऱ्याच दिवसांत तूही फिरकला नव्हतास, म्हणून निरोप पाठवला होता. त्यात आज श्रीनाथही आलाय. राधक्काला फोन करून कळवेन मी–'

श्रीनाथ वसुमतीताईंचा भाऊ. तो अजूनही साखरझोपेत होता.

आता आनंदपुढे कुठलाच मार्ग नव्हता. त्याच्या डोळ्यांवर मात्र झोपेची झापड येत होती. हे लक्षात येऊन देसाई म्हणाले, 'तू वरच्या गेस्ट-रूममध्ये जाऊन झोप काढ बघू जेवायच्या वेळेपर्यंत !'

देसाईसर आणि आनंदचं नातं फक्त गुरू-शिष्याचं नव्हतं. सरांना फक्त दोन मुलगेच होते. मुलगी असती, तर त्यांनी आनंदला जावई करून घेतला असता, असं वर्गातली मुलं नेहमी म्हणायची. सरांविषयी मनात पराकोटीचा आदर असला, तरी आनंद त्यांच्यासमोर संकोचून जायचा.

गेस्ट-रूममध्ये गेल्या-गेल्या बूट आणि एप्रन काढून त्यानं बॅगेतला नाईट-ड्रेस अंगावर चढवला आणि अंथरुणावर अंग टाकलं. झोपेला निम्मं मरण म्हणतात, ते किती खरं आहे ! या क्षणी कुणी काही देऊ केलं, तरी झोपेपुढे तुच्छ आहे– साऱ्या जीवनातलं सुख झोपेत एकवटलं आहे– असा विचार करत त्यानं कूस पालटून भिंतीकडे तोंड केलं.

त्याचा डोळा लागणार, त्याक्षणी त्याला ऐकू आलं, 'प्रिया, किती सुंदर आहेस तू ! मदनाचा पुतळाच ! तुला पाहताक्षणीच मी तुझ्या प्रेमपाशात सापडले बघ !'

आनंद क्षणभर गडबडला. त्यानं सभोवताली पाहिलं– कुणीच नव्हतं. मग आपण आवाज कुठला ऐकला? त्या नाजूक गोड आवाजानं त्याच्या डोळ्यांवरची झोप उडवून लावली होती. तो खरोखर कुणा तरुणीचा आवाज होता, की आपल्याला झालेला भ्रम...?

आनंदचा देखणेपणा ही सर्वमान्य वस्तुस्थिती होती. उंच सुदृढ बांधा, गोरा रंग, कुरळे दाट केस यामुळे कॉलेजमध्ये त्याला 'मदन', 'ही-मॅन', 'श्रीयुत कॉलेज' यांसारख्या पदव्या सहज प्राप्त झाल्या होत्या. स्वभावत: गंभीर स्वभावाच्या आनंदची, मुली 'शुकमुनी', 'गौतम ऋषी' म्हणून थट्टा करायच्या. लेडीज रूममध्ये तर नेहमीच त्याचा विषय असायचा– 'काय नलिनी, आज वॉर्डमध्ये शुकमुनी तुझ्याकडेच पाहत होता !', 'सुमा आणि गौतमऋषीचं पोस्टिंग एकाच ठिकाणी आलंय ! ऑल दी बेस्ट !', 'का? जळतेयस एवढी? एवढी ओळख असून एकदाही घरी आले नाहीत राजेश्री !' हे सारं बोलणं त्याची मावस बहीण अनुसूया त्याच्यापर्यंत पोहोचवत होती.

आनंद अंथरुणावर उठून बसला. शांतता पसरली होती. बहुतेक हा आपल्याच मनाचा खेळ असावा - या विचारानं त्याची त्यालाच शरम वाटली. त्याच वेळी पुन्हा तो सुश्राव्य आवाज कानावर आला, 'या सुंदरांगाला पाहताक्षणीच मी त्याच्यावर मोहून गेले आहे. त्याचं देखणं रूप, सुंदर देह, गोरा रंग... मदनाप्रमाणे भासणाऱ्या या तरुणावर मी अनुरक्त झाले आहे! जन्मोजन्मी हाच पती मिळावा, ही माझी इच्छा !'

भिंतीपलीकडून तर हे ऐकू येत नाही ना? आनंदनं पांघरूण बाजूला सारून भिंतीला कान लावला.

'प्रेम ही अनेकांकडे चौकशी करून, पारखून विकत घेण्याची वस्तू नव्हे. ही काही बाजारात विकत मिळणारी गोष्ट नाही. एखाद्या व्यक्तीला पाहताच, त्या व्यक्तीच्या संपूर्ण जीवनाशी, तिच्या जीवनातील सुखदु:खाशी जीवनभर एकरूप होऊन राहण्याची अदम्य इच्छा म्हणजे प्रेम ! या अदम्य इच्छेत जीवन आणि समाजाची सगळी बंधने पायदळी तुडवण्याइतकी ताकद असते. हा कसाही

असो, कुणीही असो, कुठंही असो– त्यावरचं माझं प्रेम अचल आहे; हिमालयाप्रमाणे स्थिर, सागराप्रमाणे खोल आणि मानस सरोवराप्रमाणे निर्मळ !...'

त्या गोड आवाजात प्रेमाची व्याख्या ऐकताना रंगून गेलेला आनंद भानावर येताच चांगलाच गडबडला. त्याच वेळी त्याला हुंदके ऐकू आले. कुणीतरी हुंदके देत म्हणत होतं – 'जशी चंद्राची रोहिणी, नारायणाची लक्ष्मी, सूर्याचं जसं कमळाशी नातं आहे, जे वृक्ष आणि वेलीचं नातं आहे, तेच माझं त्याच्याशी आहे. माझ्या जिवाचा जीव आहे तो ! हा विरह सहन कशी करू? प्रिया, तू नसशील तर ही भूमी नरकासमान आहे. हे चंद्रकिरण सहस्ररश्मी होऊन माझं सर्वांग जाळताहेत. माझ्यावर तू रागावलास काय?... की मी अभागी आहे म्हणून तूही माझा तिरस्कार करतोस?... तुला माझी दया येऊ दे.'

त्या आवाजातली व्याकुळता वाढली, तसा आनंद सावध झाला. पलीकडच्या खोलीत कुणीतरी असावं. पण कोण? या घरात तर वसुमतीताईंशिवाय आणखी कुणीही स्त्री नाही. हा आवाज निश्चित त्यांचा नाही. कोण असावी ही वीस-बावीस वर्षांची तरुणी? त्यानं खोलीबाहेर येऊन पलीकडच्या खोलीत डोकावून पाहिलं– तिथं कुणीच नव्हतं. अंथरुणावरती बेडशीटची घडीही जशीच्या तशी होती. तिथं कुणी पाऊल ठेवल्याचं कुठलंही लक्षण नव्हतं.

आनंद पुन्हा आपल्या खोलीत परतला. आता कुठलाही आवाज ऐकू येत नव्हता. तो पुन्हा अंथरुणावर आडवा झाला.

हा कसला भ्रम म्हणायचा? की हे स्वप्न होतं? आपल्या अंतर्मनातला आपल्या व्यक्तिमत्त्वाविषयीचा अभिमान हे नाटक घडवत नसेल? नाही... निश्चित नाही ! आपल्याला तर स्पष्ट सुसंबद्ध वाक्यं ऐकू आली होती. की हा एखाद्या यक्षिणीचा खेळ म्हणायचा? पण कुणी का असेना, कुणासाठी व्याकूळ झाली असेल ती?

विचार आणि भावनांच्या कल्लोळात केव्हा झोप लागली, हे त्याचं त्यालाही समजलं नाही.

◆ ◆ ◆

संध्याकाळ होत आली होती. देसाईसर आपल्या एका प्राचार्य-मित्राबरोबर काहीतरी कामाचं बोलत डिपार्टमेंटमधल्या खोलीत बसले होते. वॉर्डबाहेरच्या टेबल-खुर्चीवर बसून आनंद दुसर्‍या दिवशीच्या लेक्चरची टिपणं काढत होता. देसाईसरांनी त्याला बजावलं होतं, 'आमचं कामाचं बोलणं चाललंय. कुणी आलं, तर मी नाही म्हणून सांग.'

टिपणं काढत असताना त्याच्या मनात गेल्या आठवड्यातली ती घटना तरळून गेली. खरंच, कोण असावी ती? जेवतानाही तो आणि श्रीनाथ वगळता आणखी कुणी बाहेरचं नव्हतं. याविषयी वसुमतीताईंना विचारावं म्हटलं, तर ही खोडकर बाई त्याच्या आईला हीच घटना नंतर तिखट-मीठ लावून ऐकवेल आणि वर पुस्ती जोडेल, 'राधक्का, आनंदला मोहिनी-भुतानं झपाटलंय हं! स्वप्नात येऊन त्याच्याशी गप्पा मारते म्हणे! कुणी आहे का कॉलेजमधली एखादी? हे बघ, इंग्लंडला जाण्याआधी त्याचं लग्न लावून दे बाई!'

खरोखरच कोण असेल ती?...

'एक्स्क्यूज मी! मला डॉक्टर देसायांना भेटायचंय!'

आनंदच्या विचारांचा धागा तुटून तो जमिनीवर आला. त्यानं मान वर करून पाहिलं– एक अप्रतिम सुंदर तरुणी समोर उभी होती. प्रत्यक्ष अप्सराच! मध्यम उंची, लालसर गोरा वर्ण, रेखीव चेहरा, काळेभोर मोठे डोळे, नाजूक जिवणी, काळ्याभोर केसांच्या दोन्ही खांद्यांवर रुळणाऱ्या जाड वेण्या, अंगावर निळ्या काठाची पोपटी गढवाल साडी, निळा ब्लाऊज...

आनंद गोंधळला. हे अपेक्षित असल्याप्रमाणे ती मंद हसली. तिला अशा प्रकारच्या प्रतिक्रियेची सवय असावी. तीच पुढं म्हणाली, 'कृपा करून सांगाल का, डॉक्टर देसाई कुठं आहेत ते?'

तिच्या गालावरची मोहक खळी आणि शुभ्र सुबक दंतपंक्ती पाहून मोहरलेला आनंद आणखी गडबडला.

'ओह! कदाचित तुम्हांला ठाऊक नसेलही– मीच आत जाऊन पाहू का?'

भानावर येत तो म्हणाला, 'सॉरी! देसाई डॉक्टर इथं नाहीत–'

'ते इथं आहेत– मला ठाऊक आहे!'

आता मात्र आनंदनं ठामपणे सांगितलं, 'ते इथं असले, तरी तुम्ही त्यांना भेटू शकणार नाही!'

तिच्या नाजूक भुवया क्षणभर आक्रसल्या, पण ती पुन्हा मंद हसत म्हणाली, 'तुम्ही आत निरोप तर द्या! प्लीज! म्हणावं, अनुपमा आलीय्.'

अनुपमा तर हिचं नाव! खरोखरच अनुपम सौंदर्याचा साक्षात पुतळा आहे हा! तरीही आनंद म्हणाला, 'तुम्ही हवं तर त्यांची वाट पाहू शकता इथं बसून– पण ते या वेळी पेशंटस् बघत नाहीत.'

अनुपमा हसली आणि आनंदला जुईच्या मांडवावरच्या सगळ्या कळ्या एकदम उमलाव्यात, तसं वाटलं. ती म्हणाली, 'सॉरी! मा त्यांची पेशंट नाही डॉक्टर....'

'आनंद! डॉक्टर आनंद माझं नाव!'

‘आनंद?’

त्याच वेळी डॉक्टर देसाई स्वत:च बाहेर आले आणि आनंदशी गप्पा मारणाऱ्या अनुपमेला म्हणाले, ‘किती वेळ वाट बघायची तुझी, अनु? आता मी निघालोच होतो. तेच सांगत होतो प्राचार्यांना.’

‘मामा, तिकिटं विकणं म्हणजे कादंबऱ्या विकणं नव्हे ! बडबड करायची, पटवून द्यायचं आणि मग तिकिटं खपवायची ! शिवाय मला येऊनही थोडा वेळ झाला...’ बोलता-बोलता ती थांबली. आनंदविषयी तक्रार करावी, की करू नये, या विचारात ती थोडी घुटमळली आणि मग स्वत:ला सावरत म्हणाली, ‘ते जाऊ द्या. तुम्हांला कुठली तिकिटं देऊ?’

‘ओह ! विसरलोच मी ! अनु, हे डॉक्टर आनंद. माझा अत्यंत हुषार विद्यार्थी ! वसूची मावशी राधक्का ठाऊक आहे ना– तिचा हा मुलगा. एवढ्यात इंग्लंडला निघालाय भारतातल्या विद्वानांची संख्या वाढवायला. मी काही तोंडदेखलं कौतुक करत नाही. याच्यावर सरस्वती आणि लक्ष्मी, दोघींचाही वरदहस्त आहे !’

आनंद संकोचून गेला, ‘जाऊ द्या सर! आता ते सगळं कशाला?’

तिकडे लक्ष न देता देसाईसर पुढं म्हणाले, ‘आणि आनंद, ही अनुपमा ! अनु. माझ्या शामराय नावाच्या मित्राची मुलगी. तिच्याविषयी थोडक्यात सांगणं कठीण आहे.’

‘हे बरंच झालं मग ! तुम्ही नकाच सांगू ! आधी ही तिकिटं घ्या म्हणजे झालं !’ ती हँडबॅगमधून तिकिटाची पुस्तकं काढत म्हणाली.

‘अरे, हिचं नाटक म्हणजे काय हे तुला ठाऊक नसेल ! काय अप्रतिम अभिनय करते ही ! तुमची ती जुही-श्रीदेवी सगळ्या फिक्या पडतील हिच्यापुढे ! फक्त नाटकच नव्हे, एम. ए. च्या शेवटच्या वर्षाला आहे. प्रत्येक वेळी फर्स्टक्लास फर्स्ट ! शास्त्रीय संगीतही शिकते–’

‘पुरे मामा ! आधी शंभराचं तिकीट घ्या, नंतर हवं तेवढं कौतुक करा.’

‘अनु, अगं, मी सरकारी नोकर ! तुझं शंभरचं तिकीट मला परवडणार नाही. प्राचार्यांचंही माझ्यासारखंच आहे. आनंदसारख्या लक्ष्मीपुत्रांना शंभरच काय, पाचशेचं तिकीट गळ्यात मार ! आम्हा दोघांसाठी मात्र पन्नासचीच फाड. खरं तर तेही जास्तच आहे. खरं की नाही?’ हा प्रश्न प्राचार्यांना उद्देशून होता.

‘होय, शिवाय त्या दिवशी मी परगावी जाणार आहे. तू माझी विद्यार्थिनी, त्यामुळे एक तिकीट दे पन्नासचं. शिवाय तुझं नाटक म्हटलं, की माझी मुलगी सोडणार नाही.’

दोन मोठी माणसं पन्नासची तिकिटं घेत असताना आपण तरी शंभरचं का घ्या, असा विचार करून आनंदही म्हणाला, ‘मलाही पन्नासचंच द्या.’

अनुपमानं एवढ्या अवधीत त्याच्यासाठी शंभरचं तिकीट फाडलंही. ती म्हणाली, 'डॉक्टर आनंद, तुमच्या दृष्टीनं शंभर रुपये म्हणजे काही फार मोठी रक्कम नाही. अपंगांच्या संस्थेच्या दृष्टीनं शंभर रुपये ही काही फार मोठी देणगीही नाही. नाटक बघायला मात्र अवश्य यायचं हं!' तिच्या त्या सराईत विक्रेत्याप्रमाणे वागण्यामुळे आनंदला काही बोलणंच शक्य झालं नाही.

अपंगांच्या संस्थेच्या आर्थिक मदतीसाठी जे विविध कार्यक्रम ठेवले होते, त्यांत हे नाटकही एक होतं. अनुपमेनं त्यासाठी आणि तिकिटं विकण्यासाठी बरीच धावपळ केली होती. सरांनी तिच्या अभिनयाचं भरपूर कौतुक केलं होतं– नाही तरी ती त्यांच्या मित्राची मुलगी ना! अभिनयाचं काही का असेना, या सुंदर मुलीला त्या निमित्तानं आणखी एकदा भेटता-बोलता येईल, असं आनंदला वाटलं.

जेमतेम एकदा भेट झालेल्या अनुपमेनं आनंदला पुरतं प्रभावित केलं होतं, यात शंकाच नव्हती. हजारदा, ती कुठं राहाते याची चौकशी करावीशी वाटली, तरी त्यानं मन आवरलं.

◆ ◆ ◆

आनंद सकाळी बऱ्याच उशिरा उठला.

आरशापुढे उभं राहून दाढी करताना त्याला आपलं प्रतिबिंब बघून हसू आलं. नाईट ड्यूटी नसली, तरी आदल्या दिवशी पाहिलेल्या सौंदर्यामुळे काल त्याची नीट झोप झाली नव्हती. परिणामी त्याचे डोळे लाल झाले होते.

याच्या आधी कितीतरी सुंदर तरुणी पाहिल्या असल्या, तरी ह्या अनुपमेनं आनंदच्या मनात निश्चित प्रवेश केला होता. काळ्याभोर आकाशात हजारो-लाखो चांदण्या असल्या, तरी चंद्रिका एकच असते ना!

ह्या अनुपमेविषयी आणखी माहिती कशी काढता येईल? गळ्यात मंगळसूत्र दिसलं नाही– म्हणजे अविवाहित दिसते. तरी तिची पार्श्वभूमी काय असावी? आपल्याला पाहून तिला काय वाटलं असेल?

रेझर लागून रक्त आलं, तसा आनंद भानावर आला. आरशात आपल्या प्रतिबिंबाशेजारी ती उभी राहून हसतेय, असा भास झाला. या भ्रमाचं आनंदला हसू आलं.

ही पुन्हा कधी भेटेल? ती पुन्हा भेटणं शक्य आहे काय? त्या तिकिटाची आठवण होताच त्यानं खुशीनं शीळ घातली.

◆ ◆ ◆

टाऊन हॉलमध्ये एकच गर्दी उसळली होती. आनंद हातात तिकीट घेऊन तिथं पोहोचला. समोरून वसुमतीताई आल्या.

'आनंद, तुझ्यापाशी शंभर रुपयांचं तिकीट असलं तर बरं. मला अनुनं कॉम्प्लिमेंटरी पास दिला आहे.'

'म्हणजे? तुम्ही कुठं बसणार?'

'शंभर रुपयांच्या रांगेतच आमच्याही जागा आहेत म्हणे. हे बघ, मी मुलांसाठी आइस्क्रीम घेऊन येते. तोपर्यंत तू अनुला भेटून चौकशी करून ये. तू पाहिलंयस ना तिला?'

उत्तराची वाट न पाहता त्या निघून गेल्या. आनंद अनुपमेला भेटायला निघाला.

ग्रीनरूमपाशी अनेकांना सूचना देत काळपट लाल रंगाची साडी नेसून अनुपमा उभी होती. शांत रात्री पूर्णचंद्राचं दर्शन व्हावं, तसं त्याला वाटलं. तिनं आपले लांबसडक काळेभोर केस मोकळे सोडले होते. घनदाट मेघासारखे केस जमिनीला स्पर्श करायला धावत होते. तिच्या एका हातात लाल गुलाबाचा भला मोठा हार दरवळत होता. दुसऱ्या हातात जाड मोगऱ्याचा हार होता. फुलांमध्ये हसणारी अनुपमा त्या परिसरात राणीसारखी मिरवत होती.

आनंद तिच्या मागं येऊन उभा राहिला, तरी तिचं तिकडे लक्ष नव्हतं. तिच्या जवळच बसलेली एक मुलगी तिच्या कानात कुजबुजली.

अनुपमानं मागं वळून पाहिलं.

'ओह ! तुम्ही ! तिकीट आणलं नाही?'

'आणलंय. कॉम्प्लिमेंटरी पासवाल्यांनी कुठं बसायचं म्हणून वसुमतीताई–'

त्याचं वाक्य पूर्ण होण्याआधी अनुपमा घाईनं त्याच्याजवळ येऊन म्हणाली, 'तो लाल सोफा आहे ना, तिथं. तुम्हीही हवं तर तिथं बसू शकता.'

त्याच वेळी कुणीतरी तिला हाक मारली. 'आले-आले' म्हणत अनुपमा घाईघाईनं निघून गेली.

सुगंधाचा एखादा ढग अवचितपणे यावा, भोवताली फिरावा आणि अचानक अदृश्य व्हावा, तसं आनंदला वाटलं. एखादी वीज-शलाका नजरेपुढे तळपून जावी, तसा त्याला भास झाला. थोड्या निरुत्साहानंच आनंद खाली उतरला.

आनंद निघून गेल्यानंतर अनुपमाची मैत्रीण तिला म्हणाली, 'कोण ग हा? बडंच धेंड दिसतंय ! काय देखणा आहे ग!'

'हं ! पुरे-पुरे ! शंभर रुपयांचं तिकीट घेतलेल्या माणसांशी नीट बोलून कर्तव्य पार पाडलंच पाहिजे ना! बरं, आता मी मेकअप-रूममध्ये जाऊ? सुमी,

साडी काढून ठेवली आहेस ना?'

आधी अध्यक्षांचं भाषण, नंतर नाटक, त्यानंतर इतर करमणुकीचे कार्यक्रम, त्यानंतर पारितोषिकांचं वितरण–

आनंदला अध्यक्षीय भाषणात कणभरही रस नव्हता. ते अर्ध्या तासाचं भाषण ऐकताना त्याला युगामागून युगं लोटल्याचा अनुभव आला. त्यात आश्चर्यही नव्हतं म्हणा !

भाषण संपताच घोषणा झाली – 'आता सादर करत आहोत, बाणभट्टाची प्रथम कलाकृती. तिचं कन्नड नाट्यात रूपांतर केलंय, कुमारी अनुपमा यांनी ! मूळ नाट्यकृतीची नायिका महाश्वेता हिचे भग्न प्रेम हाच या नाटकाचा प्रमुख विषय! प्रमुख भूमिका महाश्वेतेच्या प्रमुख भूमिकेत– कुमारी अनुपमा ! पुंडरीक... कुमार! कादंबरी...' वगैरे वगैरे.

आनंदचं पुढच्या नावांकडे लक्षच नव्हतं.

'गंधर्व राजकुमारी महाश्वेता आपल्या सख्यांसह अरण्यात विहार करत असताना पुंडरीक नावाच्या देखण्या मुनिकुमाराला पाहते, त्यावर मोहित होते. प्रथम दृष्टिभेटीतच दोघांच्याही मनात प्रणयाचा अंकुर तरारतो. त्याचं गाढ प्रेमात रूपांतर होतं...'

राजकुमारी महाश्वेतेच्या वेशात अनुपमा हस्तिदंती मूर्तीसारखी दिसत होती. आपल्या सख्यांना पुंडरीकाच्या गुणांचं आणि रूपाचं वर्णन करून सांगताना तिचा चेहरा आरक्त झाला होता. अगदी स्वाभाविक वाटावं असा !

'सखी, या सुंदरांगाला पाहताक्षणीच मी त्याच्यावर मोहून गेले आहे. त्याचं देखणं रूप, गौर वर्ण, सुंदर देह– काय सांगू सखी! त्याच्या मदनासारख्या रूपावर मी अनुरक्त झाले आहे ! हाच माझा पती व्हावा, ही माझी जन्मजन्मांतरीची अपेक्षा !'

अचानक आनंदला आठवलं– पंधरा दिवसांपूर्वी वसुमतीताईंच्या घरी आपण ऐकला, तो हाच आवाज ! हीच त्यावेळी संवाद तोंडपाठ करत असावी. त्यावेळी कुणीतरी आपल्यालाच उद्देशून हे बोलत असावं, असा आपला ग्रह झाला होता... हे आठवून तो मनोमन शरमून गेला. वाटलं, थँक गॉड! बरं झालं, मी कुणापुढं बोललो नाही! कदाचित अनुपमा मागच्या जिन्यानं उतरून निघून गेल्यामुळे आपला त्या वेळी गोंधळ उडाला असावा.

अनुपमा आपल्या सखीला आपल्या प्रेमाविषयी सांगत होती. हो, अनुपमाच. महाश्वेता नव्हे !.... आनंद या विचारानं सुखावला.

नाटक सुरू होतं. महाश्वेतेच्या प्रियकराचा– पुंडरीकाचा अपमृत्यू घडतो. राजकुमारी पांढरी वस्त्रं आणि फुलांचे दागिने परिधान करून अरण्यात बसून प्रियकरासाठी कठोर तपश्चर्या करू लागते. तिचा निर्धार अचल आहे. तिची

मैत्रिण कादंबरी तिचं मन वळवण्याचा प्रयत्न करते, पण अयशस्वी होते. प्रियकराच्या दर्शनासाठी व्याकूळ झालेल्या महाश्वेतिला तळमळताना पाहून, सगळ्या प्रेक्षकांना 'पुंडरीकानं का उठून येऊ नये,' असं वाटलं, त्याचं आनंदला मुळीच आश्चर्य वाटलं नाही. आनंदनं प्रेक्षागृहात नजर टाकली– सगळ्यांची नजर महाश्वेतेवर खिळली होती.

अनुपमा महाश्वेतेशी एकरूप होऊन गेली होती.

नाटक संपलं. टाळ्यांचा प्रचंड कडकडाट झाला. आनंदला प्रोफेसरांचं बोलणं आठवलं. अनुपमा केवळ रूपसुंदरीच नव्हे, उत्तम अभिनेत्री असल्याबद्दल शंकाच नव्हती.

अनुपमा मेकअप पुसून निळ्या रंगाची रेशमी साडी नेसून पहिल्या रांगेत बसल्याचं आनंदनं पाहिलं. अभिनयासाठी जर एखादं बक्षीस असलंच, तर ते तिला मिळणार याविषयी शंकाच नव्हती.

कार्यक्रमाच्या अखेरीस अपंगांच्या संस्थेच्या वतीनं सेक्रेटरी बोलले. आपल्या भाषणात त्यांनी आवर्जून सांगितलं — 'कुमारी अनुपमा यांची या कार्यक्रमात फारच मदत झाली. आम्ही सगळे त्यांचे आभारी आहोत. त्यांनी केवळ नाटकात काम केलेलं नाही; आपला अमूल्य वेळ खर्च करून त्यांनी तिकिटंही खपवली आहेत. या प्रसंगाची आठवण म्हणून आम्ही त्यांना छोटीशी भेट देत आहोत.'

अनुपमेची अशी काही अपेक्षा नसावी. पण आता ते नाकारणंही शक्य नव्हतं. नाव उच्चारताच ती गडबडीनं उठली आणि रंगमंचावर जाऊन तिनं भेटीचा स्वीकार केला.

आनंद तन्मय होऊन एकटक तिच्याकडेच पाहत होता.

निघायची वेळ होताच अनुपमा ग्रीनरूममध्ये जाऊन आपलं सारं सामान एकत्र करू लागली. त्याच वेळी देसाई डॉक्टरांचा आवाज ऐकू आला, 'अनु, फार मस्त नाटक होतं !... बरं, बरीच रात्र झाली आहे. हॉस्टेलवर कशी जाणार आहेस?'

'आम्ही सगळ्या मुली मिळून जाऊ.'

'आनंद तुमच्या हॉस्टेलवरूनच जाणार आहे. हवं तर तो तुम्हांला पोहोचवेल. मी त्याला थांबायला सांगितलंय.'

'नको, मामा. आम्ही चौघीजणी आहोत ना !'

आनंद पुढं येऊन म्हणाला, 'मी चौघींनाही पोहोचवून देईन.'

'आम्ही चौघीही एकाच हॉस्टेलमध्ये राहातो,' सुमा अनुपमेकडे दृष्टी टाकत म्हणाली. तिची नजर 'मान्य कर' असं अनुपमेला विनवत होती. नाही तर आता

कुठं दुसरं वाहन शोधत फिरायचं? हे अनुपमेलाही ठाऊक होतं. सगळ्याच खूप दमल्या होत्या.

संकोचून चौघीही मागच्या सीटवर बसल्या होत्या. आनंद न बोलता गाडी चालवू लागला. त्यालाही 'मागं गर्दी करून बसण्यापेक्षा कुणीतरी पुढं बसा,' असं सांगायचा संकोच वाटला.

हॉस्टेलपाशी गाडी थांबताच सगळ्या गाडीतून उतरल्या. त्यातल्या त्यात अनुपमाच धीट होती. तिनं 'थँक्स' म्हटलं.

'छान होतं तुमचं नाटक. आवडलं.'

'डॉक्टर, तुमच्यासारख्या रसिक प्रेक्षकांनी तिकिटं विकत घेऊन ते पाहिलं ना ! तुमचेच आभार मानले पाहिजेत.'

आनंदनं हसतच गाडी सुरू केली. पण त्याचं मन अनुपमेपाशी रेंगाळत राहिलं.

विद्यार्थिनींच्या हॉस्टेलमधल्या पहिल्या मजल्यावरच्या खोलीत अनुपमा आणि सुमन आपल्या नाटकावर पडल्या पडल्या गप्पा मारत होत्या. त्या दोघींची गेल्या कितीतरी वर्षांपासून मैत्री होती. दोघीही एकमेकींना छान ओळखत होत्या.

मध्येच सुमन नाटकाचा विषय टाळून म्हणाली, 'अनु, कुठून शोधून काढलंस ग या डॉक्टर आनंदला?'

'काहीतरीच काय! मी काय कोलंबस आहे, असे शोध लावायला? देसायांचा हा लाडका विद्यार्थी आहे. भरपूर पैसेवाला आहे म्हटल्यावर, शंभर रुपयांचं तिकीट त्याच्या गळ्यात मारलं!'

'एवढंच? आणखी काही नाही? या आधी आणखी कधी भेटली होतीस त्याला?'

'तेही सांगितलं होतं मी तुला ! पंधरा दिवसांपूर्वी देसाईंच्या घरी नाटकाची प्रॅक्टिस करत होते, तेव्हा माडीवरच्या खिडकीतून त्यांना गाडीतून उतरताना पाहिलं होतं, आणि तेव्हाच शंभर रुपयांचं तिकीट त्यांना विकायचं ठरवलं होतं. दुपारी तुझा फोन आल्यावर तशीच निघून आले, म्हणून प्रत्यक्ष भेट झाली नाही.'

'काही का असेना ! ते जाऊ दे, तुझं आज महाश्वेतेचं काम अप्रतिम झालं !'

'थँक्स टू मी !'

अनुपमाची झोप कुठं पळून गेली होती, कोण जाणे!

'अनु, तू पुंडरीकासाठी दुःख करत होतीस, तेव्हा मला वाटलं, उठावं आणि तुझा हात हातात घ्यावा.'

'ते तू केलं नाहीस, त्याबद्दल थँक्स हं ! नाही तर नाटकाचा शेवट शोकांताऐवजी हास्यकल्लोळात झाला असता !'

'अनु, आनंद कुणाचा मुलगा? मला सारखं वाटतंय, मी त्याला कुठंतरी पाहिलंय.'

अनु अंथरुणावर उठून बसली, 'हे पाहा कुमारी सुमनादेवी ! आपण प्रथमदर्शनी ज्यावर मोहित झाला आहात, त्या पुंडरीक-स्वरूपी आनंदचं कुल-गोत्र मी पामर जाणत नाही. आपल्याला हवं असेल, तर आपली ही सखी अवश्य ती माहिती मिळवून आपल्यापुढे लवकरच सादर करेल. आता या क्षणी- या मध्यरात्री या पामर सखीला निद्रेची संधी उपलब्ध करून देण्याची कृपा करावी !...'

पण सुमन म्हणाली, 'अनु, नाटकातले संवाद बोलता बोलता अशा बोलण्याची सवय झालेली दिसते. पण आज तू जी भूमिका वठवलीस, तो केवळ अभिनय नव्हता; तो तुझा अनुभव होता, असं जाणवत होतं. शिवाय तुझ्या पुंडरीकानं- आनंदनं तुझ्याकडे नीट डोळे उघडून पाहिलंच नाही. मला तरी वाटतं, तूही या पुंडरीकासाठी तपश्चर्या करावीस!'

सुमी बोलायची थांबली. अनु भिंतीकडे तोंड वळवून आधीच्याच स्वरात म्हणाली, 'प्रिया, तू कुठेही राहा– तूच माझा जन्मजन्मांतरीचा पती आहेस. चंद्राची जशी रोहिणी, जशी सूर्याची कमला....'

'महाश्वेते, हे विद्यार्थिनींचं हॉस्टेल आहे. तुझं स्वच्छंद विहाराचं सरोवर नव्हे. कृपा करून निद्रिस्त हो, गुड नाईट !'

सुमनच्या बोलण्यात कुठलीच अतिशयोक्ती नव्हती. नाटक सुरू होण्याआधीच अनुपमा आनंदवर मोहित झाली होती. आनंदाविषयी वसुमतीताईंनी अनेकदा सांगितलं असलं, तरी प्रत्यक्ष दर्शनाच्या वेळी त्यानं तिचं मन आकृष्ट करून घेतलं होतं. नाटकातल्या प्रियकराच्या भेटीच्या प्रथम प्रसंगाचं सखीला वर्णन करून सांगताना, तिला खरोखरच स्वत:चाच अनुभव सांगत असल्यासारखं वाटत होतं. पण आपलं प्रेम एकांगी होऊ नये, म्हणून अनुपमा आपली भावना कुठंही व्यक्त होणार नाही, याविषयी जागरूक होती. अगदी सुमनपुढंही तिनं आपलं मन व्यक्त होऊ दिलं नव्हतं.

सुमन तिची अगदी जवळची मैत्रीण होती. अगदी जिवाभावाची सख्खी मैत्रीण. बहिणीपेक्षाही जवळची म्हणता येईल अशी मैत्रीण.

सावळ्या वर्णाची, थोड्या संकोची स्वभावाची सुमन श्रीमंत घरातून आली होती आणि अनुपमाचं नेमकं याच्या विरुद्ध होतं. पण दोघींचे स्वभाव एकमेकींना पटले होते. श्रीमंत सुमनचा निगर्वी स्वभाव अनुपमेला पटला होता. अनुपमेचं नाटक असलं, की आपली एखादी उत्तम साडी – 'तुला ही साडी खूप खुलून दिसते अनु !' असं कौतुक करत तिला नेसायला देणं, हे ती नेहमीच करत होती.

पण आनंदविषयीची आपली भावना मात्र अनुपमानं तिच्यापासून लपवून

ठेवली होती. तिला आनंद खूपच आवडला होता. यात आश्चर्यही नव्हतं म्हणा ! तिचं वयच तसं होतं. पण त्याचबरोबर तिला परिस्थितीची जाणीवही पूर्णपणे होती. आपण खेड्यातल्या प्राथमिक शाळेतल्या शिक्षकाची मुलगी आहोत, याचा तिला विसर पडला नव्हता. 'तो आपल्या हाती येण्याची शक्यता नसलेलं गगनपुष्प आहे. या आशेत गुंतलं, तर हाती निराशेखेरीज काहीच येणार नाही,' हे ती स्वत:ला परोपरीनं बजावत होती.

आनंद ! देसाईकाकांनी ओळख करून देताना सांगितलं होतं– लक्ष्मीपुत्र ! अनुपमा सरस्वतीकन्या होती हे खरं असलं, तरी अनादि काळापासून लक्ष्मी-सरस्वतीचं नातं सासू-सुनेसारखंच आहे ना !

पहाटे उठून अनुपमा आपल्या अभ्यासाच्या नोटस् काढत होती. आळसावून सुमन म्हणाली, 'काय हे ! कालच एवढं सुरेख नाटक केलंस ! तरी आज तुझं रूटीन नेहमीप्रमाणेच सुरू झालंय! निदान आजचा दिवस तरी मस्तपैकी विश्रांती घे !'

'वा ! सुमी ! तुझ्यासारखी मीही विश्रांती म्हणून लोळत पडले आणि माझी स्कॉलरशिप गेली, तर माझी काय गत? अगदी सद्‌गतीच !'

'अनु, हे एम. ए.चं शेवटचं वर्ष ना तुझं? मग कुठून आली सद्‌गती?'

'मॅट्रिकला दहावा नंबर आला... स्कॉलरशिपमुळेच माझं इथंपर्यंतचं शिक्षण झालंय. या वर्षीही नंबर आला, तर पीएच. डी.साठी एखादी स्कॉलरशिप मिळेल किंवा एखादी बरी नोकरी मिळेल.'

खरोखरच शामण्णा मास्तरांची मुलीला हॉस्टेलवर ठेवून शिक्षण देण्याची ऐपत नव्हती. अनुपमा मॅट्रिक होताच त्यांच्या पत्नीनं–सावक्कानं भुणभुण करायला सुरुवात केली, 'पुरे झालं आता तिचं शिक्षण ! जास्त शिकलेला नवरा तिच्यासाठी शोधायचा म्हणजे त्रास होईल पुढं ! तिला कशाला शिकवायचं? ती काय पुढं आपल्याला पैसा मिळवून देणार आहे?'

त्यावेळी अनुपमा खरोखरीच घाबरी झाली होती. सावक्कानं जी भूमिका घेतली होती, त्यामागं तसंच सबळ कारणही होतं. अनुपमा काही तिची सख्खी मुलगी नव्हती. दिसण्यात, शिक्षणात, वागण्यात अनुपमा आपल्या इतर बहिणींपेक्षा चांगलीच वरचढ होती. सतत उत्साहानं वावरणारी अनुपमा सगळ्यांच्या कौतुकाचा विषय होती. सावक्का आणि तिच्या दोन मुली वसुधा आणि नंदा मात्र नेहमी म्हणायच्या, 'चार अक्षरं येतात म्हणून उगाच भाव खाते मेली! शिवाय ती म्हण आहेच ना– एक गोरी लाख चोरी म्हणून ! त्यातलीच हिची गत !'

वसुधाला शिक्षणात फारसं काही हाताला लागलं नाही आणि नंदाच्या

वागण्याला विनयाचं नेहमीच वावडं राहिलं. शामण्णा दुसऱ्या बायकोच्या हातातलं बाहुलं तर होतेच; शिवाय आपल्या मर्जीप्रमाणे अनुपमेसाठी करण्यासारखी त्यांची आर्थिक परिस्थितीही नव्हती.

दैव मात्र तिच्या बाजूचं होतं. मॅट्रिकच्या परीक्षेत ती केवळ आपल्या शाळेतच नव्हे, बोर्डामध्ये दहावी आल्यामुळे तिला अनेक पुरस्कार आणि स्कॉलरशिप्स मिळाल्या होत्या. कुणा उदार धनवानानं हुशार, गरीब विद्यार्थिनीसाठी म्हणून ठेवलेलं विद्यार्थी-वेतनही तिला मिळालं. त्यामुळे तिचा दरवर्षी उत्तम अभ्यास होण्यासही मदत झाली होती.

गेली चार-सहा वर्षं ती आणि सुमन हॉस्टेलमध्ये एकाच खोलीत एकत्र राहत असल्यामुळे दोघींमध्ये गाढ मैत्री जुळली होती. या तीन-चार महिन्यांनंतर मात्र त्या दोघी दूर होण्याचा दिवस येणार होता. एम. ए. झाल्यावर सुमन आपल्या घरी जाणार होती. या वर्षीपासूनच तिचे आई-वडील तिच्या लग्नासाठी धडपड करत होते. नवरामुलगा विकत घेण्यासाठी त्यांच्याकडे हवा तेवढा पैसा असला आणि उत्तम सून आणि पत्नी होण्यासाठी आवश्यक असलेले सगळे गुण सुमनच्या अंगी असले, तरी रूपाची बाजू डावी होती. त्यामुळे लग्नाच्या बाजारात आपली किंमत थोडी कमीच ठरणार आहे, हे सुमनलाही ठाऊक होतं. ती थट्टेनं म्हणायची, 'अनु, तुझ्या बरोबर मी असते, म्हणजे काजळाचं बोट लावल्यासारखंच! तुला दृष्ट लागणार नाही कुणाची ! खरं की नाही?'

ही थट्टा ऐकून अनु व्यथित व्हायची... 'सुमी, मुद्दाम मला दुखवण्यासाठी हे बोलतेस ना?'

अनुपमा अभ्यासात गढून गेली होती. तिच्या मनातला 'पुंडरीक' अदृश्य झाला होता. आता तिचं सारं लक्ष समोरच्या पुस्तकातल्या विषयावर एकाग्र झालं होतं.

◆ ◆ ◆

अनुपमा आणि तिच्या मैत्रिणींना हॉस्टेलवर सोडून परतत असतानाही आनंदला तिच्याविषयी काहीच माहिती समजली नव्हती. ती उत्तम अभिनेत्री आहे, सुंदर आहे, या व्यतिरिक्त आणखी काहीही ठाऊक नव्हतं.

इतके दिवस मनात घोळणाऱ्या स्त्री-रूपाच्या चेहऱ्यावरील पदर बाजूला व्हावा, तसं काहीसं आनंदला झालं होतं. वर्षानुवर्षे जिचा मनाला ध्यास होता,

तीच अनुपमाच्या रूपानं साकार झाल्यासारखं भासत होतं.

राधक्कांनी पती-निधनानंतर त्याच्या मागे सतत लग्नाचा आग्रह धरला असला, तरी आनंदनं तिकडं फार लक्ष दिलं नव्हतं. *त्याच्या दृष्टीनं भावी पत्नीचं रूप महत्त्वाचं असलं, तरी राधक्कांच्या दृष्टीनं रूपाइतकंच घराणं आणि घराण्याची प्रतिष्ठाही महत्त्वाची होती. त्यामुळे लग्नाची धडपड सावकाश चालली होती.*

पण आता मात्र आनंदच्या मनातलं पत्नीचं रूप साकार झालं होतं. गोरी, नितळ वर्णाची, काळ्याभोर केसांची अनुपमा त्याच्या हृदयात ठाण मांडून बसली होती.

हे आपलं मन !... पण तिच्या मनात काय असेल?... ती कोण? तिचं घराणं कुठलं असेल?... तिचं आधीच कुठं लग्न ठरलं असेल काय?... तिचं आणखी कुणावर याआधीच मन जडलं असेल तर?...

आनंद निराश मनानं बाल्कनीत येऊन उभा राहिला. शुभ्र जुईच्या फुलांनी डवरलेला वेल बाल्कनीला व्यापून राहिला होता. त्या फुलांचा सुगंध वातावरणात दाटला होता. ती शुभ्र नाजूक फुलं त्याला पुन्हा अनुपमेची आठवण तीव्रपणे करू लागली.

सरांच्या घरी तिचा पहिल्यांदा आवाज ऐकला होता, हो– श्रीनाथ आला तेव्हाच. त्याला श्रीनाथची आठवण झाली. त्याचं निराश मन अचानक तरारलं. तो फोनच्या दिशेनं निघाला.

◆ ◆ ◆

फोनवर बोलणं झाल्याप्रमाणे श्रीनाथ कामत हॉटेलमध्ये येऊन आनंदची वाट पाहत होता. नाही म्हटलं तरी आनंद नर्व्हस होता. आधीच तो अबोल स्वभावाचा: त्यात अशा प्रकारचा प्रसंगही त्याच्या आयुष्यात प्रथमच आला होता. मन एकीकडे अधीर झालं होतं.

श्रीनाथ आनंदचं निरीक्षण करत होता. त्याच्याही मनात आनंद एवढा का अस्वस्थ झालाय, याविषयी काहीतरी अंदाज असावा.

'काय म्हणतोय डॉक्टर? अगदी रोग्यासारखा दिसतोस बघ!' त्यानं आनंदच्या पाठीवर थाप मारत विचारलं.

'काही नाही रे ! परवा महाश्वेता नाटकाला तू का नाही आलास?'

'रिहर्सल पाहिली होती मी. अनुपमा ताईकडे येत असते ना.'

'वरचेवर येतात त्या?'

'होय. भाऊजींच्या मित्राची ती मुलगी आहे.'

'असं? कुठल्या गावचे मित्र? कोण बरं?'

चाणाक्ष श्रीनाथच्या लक्षात आलं! गाडी त्याच्या अंदाजाप्रमाणेच चालली होती.

'ओहो! असं आहे तर! यासाठी टी-पार्टी आहे होय! आधी ठाऊक असतं, तर डिनर-पार्टी मिळाल्याशिवाय तोंड उघडलं नसतं!'

एकदा बिंग फुटलंय म्हटल्यावर आनंदनं सरळच म्हटलं, 'होय! मला अनुपमाची माहिती जाणून घ्यायची आहे.'

'का? लग्न करणार आहेस?'

'होय.'

'राधक्कांना डावलून तिच्याशी लग्न करशील?'

आनंदचं मन निराशेकडे कललं, 'अनुपमा आपल्या जातीची नाही का? की तिचं आधीच लग्न ठरलंय म्हणायचं?'

'तसं काही नाही. अनुपमा अतिशय गरीब घरची मुलगी आहे. ती आहे मात्र आपल्याच जातीची.'

आपली आई अतिशय जुन्या विचारांची आहे, हे आनंदला ठाऊक होतं. व्यवहारी श्रीनाथला राधक्कांचा श्रीमंतीविषयीचा मोहही ठाऊक होता. आईवरच्या ममतेपोटी आनंदला मात्र हे कधीच दिसणं शक्य नव्हतं.

जातीचं ऐकताच आनंद समाधानानं म्हणाला, 'आई निश्चित ऐकेल. जाती-संप्रदायाचा सोडला, तर ती आणखी कुठल्याही प्रकारचा आक्षेप घेणार नाही, याविषयी मला खात्री आहे.'

श्रीनाथ यावर काही बोलला नाही.

◆ ◆ ◆

मुलाच्या मनातला लग्नाविषयीचा विचार ऐकून राधक्का गप्प बसल्या होत्या. गेल्या वर्षीपासून आनंदचं लग्न करायचे त्यांचे प्रयत्न चालले होते. पण मनासारखी मुलगी मिळत नव्हती. आता श्रीनाथकडून अनुपमेविषयी समजताच मनात कुठं तरी बारीकशी कळ उठली.

आपण मुलगी बघून पसंती देणं आणि पसंत केलेली मुलगी केवळ बघायची म्हणून बघणं, यात भरपूर अंतर आहे ना!

कुठलीही पार्श्वभूमी ठाऊक नसलेल्या गरीब घरातली मुलगी, केवळ रूप आवडलं म्हणून आपल्या एकुलत्या एक मुलाच्या मनात भरली, याचं होणारं दुःख किरकोळ असेल काय?

खेड्यातल्या जुन्या घराच्या ओसरीत शामण्णा मास्तर मुलांना धडा शिकवत असले, तरी गावातल्या पाटलांची आणि गौडांची मुलं त्यांच्याकडे शिकायला यायची.

आज त्यांचं शिकवण्याकडे लक्ष नव्हतं. दिवसातून एकदा येणाऱ्या पोस्टमनच्या सायकलच्या घंटेकडे त्यांचं लक्ष होतं. गावाहून शहरात पत्र जाऊन पोहोचून, त्याचं उत्तर यायचं म्हणजे आठ-दहा दिवस लागणार, हे त्यांनाही समजत होतं. तरीही गेले दोन दिवस त्यांचं पत्राची वाट बघणं सुरू होतं. स्वयंपाकघरात स्टोव्ह पेटवण्याचा व्यर्थ खटाटोप करणाऱ्या वसुधेचं तर सगळं लक्ष घड्याळाकडेच होतं.

सोवळ्याचा स्वयंपाक करणाऱ्या सावक्का घटके-घटकेला बाहेर डोकावून 'आला की नाही मेला...' म्हणत पुटपुटत जात होत्या.

वाढलेल्या मुलींच्या संदर्भातली पत्रं, प्रेमपत्रं, मरणाच्या बातम्या सांगणारी पत्रं सारख्याच अलिप्तपणे पोहोचवणारा पोस्टमन नेहमीच्या वेळीच येत होता; पण यांच्या आतुर मनाला तो वेळ फार वाटत होता.

नंदा मात्र नेहमीप्रमाणे आपल्या घरच्या कामामध्ये मग्न झाली होती.

पोस्टमन वासण्णा पत्रांचा गठ्ठा घेऊन आला. शामण्णांना पाहताच तो नेहमीच्या सलगीनं म्हणाला, 'काय मास्तर, गावची सगळी पत्रं तुम्हांलाच आलेली दिसतात !' तांबडे दात दाखवत त्यानं पत्रं शामण्णांच्या हातात ठेवली आणि निघून गेला.

शामण्णांच्या अपेक्षेपेक्षा जास्त पत्रं आली होती. शाळा संपवून शामण्णा मुलांच्या खासगी शिकवण्या घ्यायचे. केवळ पगारावर संसार चालवणं अशक्य होतं. ती मुलंही काही वेळा पैसे द्यायची, त्याचबरोबर घरचे नारळ, धान्य, भाजी-पाला, शेंगा वगैरे स्वरूपात काही ना काही द्यायची.

मुलांच्या भांडणाचे आवाज वाढले. मास्तर पत्रं वाचण्यात गढलेले पाहून आपसात सुरू झालेली कुजबूज हळूहळू भांडणांमध्ये रूपांतरित झाली होती. पत्रातला मजकूर वाचून वैतागलेले शामण्णा आणखी संतापले.

'ए शिवरुद्रा, मल्लेश, सगळे सत्तावीसचा पाढा लिहून काढा बघू !' अशी आज्ञा सोडून ते पुन्हा पत्रं वाचू लागले.

पत्र अनपेक्षित होतं.

वसुधेला पाहायला आलेल्या पाहुण्यांचं ते पत्र होतं. त्यांनी वसुधेला नकार दिला होता. यात अनपेक्षित नव्हतं, पण त्यापुढचं वाक्य अनपेक्षित होतं. त्यांनी पुढं लिहिलं होतं –

'तुमची थोरली मुलगी एम. ए. करत आहे ना? आमच्या मुलानं तिला पाहिलं

आहे. त्याला ती पसंतही आहे. तुमची या लग्नाला संमती असेल, तर आमची या संबंधाला तयारी आहे. तुम्ही कधी आणि कुठं म्हणाल, तिथं आम्ही बोलणी करायला येऊ...' पुढं त्यांनी – 'लग्न कुणाचं कुठं व्हावं, हे विधिलिखित असतं. आपण कृपा करून गैरसमज करून घेऊ नये....' वगैरे समारोपाचं लिहिलं होतं.

सावक्का तशाच हातात पळी घेऊन बाहेर आल्या, 'कुणाचं पत्र?'

'धारवाडच्या पाटलांचं.'

'काय म्हणताहेत?'

'काय म्हणणार? नकार कळवलाय.'

'त्या दिवशी पसंत असल्यासारखं बोलत होते मेले ! कसे विचारत होते, आमचं एकत्र कुटुंब आहे... कामाची सवय आहे की नाही? यंव आणि त्यंव !'

'प्रश्न विचारायला त्यांचं काय जातंय? त्यांनी पुढं लिहिलंय –'

'काय लिहिलंय?'

'त्यांच्या मुलानं अनुपमेला पाहिलंय. पाहिजे तर तिच्याशी लग्न करायला त्यांचा मुलगा तयार आहे म्हणे.'

सावक्कांचा संताप टिपेला पोहोचला.

'पण आपण कुठं अनुला त्याला दाखवलंय? तुम्ही तर काही बोलला नव्हता ना?'

'मी कशाला काय बोलू? त्यांनीच तिकडं कुठंतरी पाहिलंय.'

'तुमची ही उर्वशी आपलं लग्न तर करत नाही– माझ्या मुलींची लग्नं मात्र मोडतेय !'

आतून हुंदके देऊन रडत असल्याचा आवाज ऐकू आला. स्टोव्ह पेटवायचं सोडून वसुधा हुंदके देऊन रडत होती. ते ऐकताच सावक्कांच्या मनाला चटका बसला. असहायपणे पाय आपटत ती स्वयंपाकघरात गेली.

शामण्णानं त्याच टपालानं आलेलं दुसरं पत्र पाहिलं. अक्षर अनोळखी होतं. पत्र फोडून वाचलं, तोही एक अनपेक्षित धक्काच होता. शामण्णांनी पुन्हा पुन्हा ते पत्र वाचून पाहिलं. स्वत:च्या डोळ्यांवर विश्वास न बसून पुन्हा वाचलं.

मास्तर पत्रात गुरफटलेले बघून शिवरुद्रानं मुद्दामच विचारलं, 'मास्तर, आता काय लिहू? सत्ताविसाचा पाढा लिहून झाला.'

'आता घरी जा, उद्या लवकर या. उद्या दोन दिवसांचा अभ्यास एकत्रच घेणार आहे.'

मास्तरांची परवानगी मिळताच सापळ्यातून निसटलेल्या उंदराप्रमाणे सगळी मुलं क्षणार्धात अदृश्य झाली.

शामण्णा पुन्हा पत्र वाचू लागले. त्यांना आनंद अनावर झाला. त्यांनी सावक्कांना हाक मारली, 'जरा बाहेर ये बघू !'

'काय झालं? अजून माझा स्वयंपाक संपला नाही.'

'माझा शाळेतला मित्र देसाई ठाऊक आहे, की नाही?'

'हो ! फार मोठा डॉक्टर आहे म्हणून सांगता, तोच ना? त्यांना तरी सांगा, कुठं स्थळं असली तर आम्हांला सांगा म्हणावं !'

'तुला तेवढंच दिसतंय... दुसरं काहीच दिसत नाही, की काय?'

'मग? घरात तीन मोठ्या मुली आहेत ! त्यात तुमच्या अनुला आपण बघायची गरजच नाही. मुलांच्या मागण्या येतात तिच्यासाठी!'

'हे बघ, आता फाटे न फोडता माझं ऐक बघू! देसाईनं लिहिलंय, त्याचा विद्यार्थी, फार श्रीमंत आहे म्हणे ! गोपालराव म्हणून एक्झिक्युटिव्ह इंजिनीयर होते म्हणे, त्यांचा मुलगा आनंद त्याचं नाव... डॉक्टर आहे.'

'एवढ्या श्रीमंत माणसांचा आमच्याशी काय संबंध? आपण आपलं अंथरूण बघून हातपाय पसरावेत हे बरं!'

'त्या मुलानं अनुपमाला त्यांच्या घरी परवाच बघितलंय म्हणे. म्हणून तो लिहितोय...'

सावक्कांच्या हृदयात असूयेची कळ उठली. एवढा श्रीमंत आणि सुशिक्षित मुलगा– त्यानं अनुला पसंत केली? हे लग्न ठरलं तर !

'तो लिहितोय, तुम्ही रीतसर आनंदच्या आईकडे अनुची पत्रिका पाठवून द्या.'

सावक्का गप्प बसल्या. शामण्णा येरझाऱ्या घालू लागले. वसुधा कान टवकारून त्यांचं बोलणं ऐकत होती.

'मग? काय करायचं? तुला काय वाटतं?'

'हे बघा ! नाही म्हटलं, तरी मी तिची सावत्र आई; सख्खी नव्हे. मी काही सांगितलं, तरी पटणार नाही तुम्हांला. तुम्ही तिचे जन्मदाते आहात ना ! तुम्हीच काय करायचं ते करा !'

'तू तिच्या मेलेल्या आईच्या जागी आलीयेस ना? अनु कधी तरी तुझा शब्द टाळते काय? कधी उलट उत्तर देते काय? तू सांगशील ते काम कधी टाळते का? मुलानं तिला पसंत केलं; यात तिचा काय दोष?'

'तसं असेल तर हे स्थळ आपल्याला नको ! आमच्या रंगण्णाला काय झालंय म्हणते मी ! रंग थोडा काळा आहे, पण डिप्लोमा इंजिनीयर झालाय. थोडं वय झालंय. दहा वर्षांचं अंतर म्हणजे काही जास्त नाही ! तुम्ही सांगा तुमच्या अनुपमाला !'

'अनुनं नाही म्हणण्याआधी मीच नको म्हणतो. आपल्या अनुला तो साजेसा

मुलगा नाही. तू म्हणतेस तेही ठीक आहे. तो वसुधेला करून घ्यायला तयार असेल, तर आज होकार देईन मी !'

वसुधा आपलं नकटं नाक, तोकडे केस आणि काळा रंग आरशात बघत मनाशी म्हणाली, 'आईनं देते म्हटलं, तरी मी नाही तयार !'

शामण्णा मुकाट्यानं जेवायला बसले. त्यांचं मौन हे आपल्या बोलण्यावरच्या संमतीचं लक्षण आहे, असं समजून सावक्का म्हणाली, 'शिवाय ती कुठली कोण माणसं कोण जाणे ! त्यांनी ढीगभर हुंडा मागितला, तर काय करायचं? त्यापेक्षा पुढं पाऊल न टाकणंच उत्तम!'

'फक्त पत्रिका पाठवली, तर लग्न जमेलच म्हणून कुणी सांगितलंय? आणि आमच्या देसायानं आलतूफालतू मुलाविषयी उगाच का लिहिलं असतं? काही तरी माहिती त्याला निश्चित असेलच; आणि श्रीमंत असले तर काय बिघडलं? आपल्याला जेवढं जमेल तेवढंच द्यायचं कबूल करायचं. ते मागतील तेवढं सगळं द्यायला पाहिजे, म्हणून कुणी सांगितलंय?'

'माझं ऐका ! तुम्ही सांगा, आम्ही फक्त मुलगी आणि नारळ देऊ.'

'त्या सगळ्या पुढच्या गोष्टी,' म्हणत शामण्णा उठले. अनुची पत्रिका शोधून त्याची प्रत काढण्यात आणि पत्र लिहिण्यात ते मग्न झाले.

संध्याकाळी देवापुढे दिवा लावताना सावक्कांनी, पत्रिका जुळायला नको म्हणून देवाची प्रार्थना केली, तर वसुधानं प्रार्थना केली, 'काहीतरी करून अनुपमेचं लग्न होऊ दे, म्हणजे माझा मार्ग सुकर होईल !'

या कुठल्याही वावटळीची कल्पना नसल्यामुळे अनुपमा आपल्या हॉस्टेलच्या खोलीत अभ्यास करण्यात गढून गेली होती.

◆ ◆ ◆

एक्झिक्युटिव्ह गोपालरावांचं घराणं त्या पंचक्रोशीतच नव्हे, संपूर्ण जिल्ह्यात अत्यंत प्रसिद्ध होतं. त्यांच्या घराण्यात पिढ्यानुपिढ्यांची श्रीमंती एकवटली होती. शेकडो एकर शेत, मळे, लोखंडी तिजोरीत बंदिस्त असलेले मणभर सोन्याचे दागिने, यामुळे हे घराणंच लक्ष्मीपुत्रांचं झालं होतं. चंचल लक्ष्मी त्यांच्या घरात चांगलीच स्थिरावली होती.

राधक्का गोपालरावांच्या धर्मपत्नी. त्याही अशाच एका श्रीमंत घराण्यातून या घरी आल्या होत्या. जीवनात त्यांनी कुठल्याही प्रकारचे कष्ट पाहिले नव्हते. देवानं तसा प्रसंगच त्यांच्या जीवनात आणला नव्हता.

भाऊ, बहीण, आई, वडील यांनी भरलेलं घर होतं. योग्य वयाला लग्न झालं. तेही उत्तम, देखण्या, सुशिक्षित, श्रीमंत तरुणाशी. राधक्कांना जीवनातल्या त्रुटींची जाणीवच नव्हती. शुभ्र नितळ कांतीच्या उंच राधक्का देखण्या असल्या, तरी चेहऱ्यावर शांतीपेक्षा दर्पाचं तेज दिसत होतं. त्यांच्या तीक्ष्ण नजरेनं समोरचं माणूस अस्वस्थ होऊन जायचं. तिथं मार्दवता, स्निग्धतेला वाव नव्हता. एका छोट्या राज्याच्या राणीचा तोरा तिथं होता; आत्मीयतेचा तिथं लवलेशही नव्हता.

लग्नानंतर दहा वर्षांनी आनंद जन्मला. आनंदच्या जन्मासाठी राधक्कांनी असंख्य देवांना सांकडं घातलं होतं, अनेक पार झिजवले होते. तो जन्मला, म्हणून मणभर पेढे वाटण्यात आले. त्या निमित्तानं अपार दानधर्मही केला गेला. केलेले नवस फेडण्यात पुढे कितीतरी काळ गेला होता.

आनंदनं त्यांच्या रखरखीत जीवनात आनंदाचा स्रोत आणला होता. तो हसला, की सारा 'लक्ष्मीनिवास' हसायचा. तो रडू लागला, की 'लक्ष्मीनिवासा'ची रयाच जायची. त्याला फिरवून आणण्यासाठी दोन कायमचे नोकर ठेवण्यात आले होते. त्याचा परिणाम म्हणून आनंद दोन वर्षांचा होईपर्यंत चालायलाच शिकला नव्हता.

आनंदचा जन्म झाल्यावर पाच वर्षांनंतर गिरिजेचा जन्म झाला. तीही दिसायला देखणी, लाडकी लेक. आई-वडिलांचे लाड आणि आर्थिक सुबत्तेत कौतुकानं वाढली ती. तिला कुणी वाटेकरी नव्हतं. प्रेमात आणि मायेतही.

आनंदवर सरस्वतीही लक्ष्मीइतकीच भाळली होती. पण गिरिजाचं शिक्षण मात्र लंगडत चाललं होतं. घराण्याचं नाव, रंग-रूपाचं ऐश्वर्य असल्यामुळे गिरिजेनंही शिक्षणासाठी फारसे कष्ट किंवा मन:स्ताप करून घेतला नव्हता.

अशा सुखी संसारावर होऊन आदळलेला पहिला आघात म्हणजे गोपालरावांचा मृत्यू. तेही पुण्यवान माणसाचं मरणच म्हणायचं. काही कामासाठी ते बेंगळूरला गेले होते. तिथंच ते मरण पावले.

आयुष्यभर सुमंगल आणि सुखात राहाणाऱ्या राधक्कांवर बसलेला हा नियतीचा पहिला प्रहार होता. दु:खाचा कणही न अनुभवलेल्या राधक्कांना हे दु:ख पेलणं कठीणच होतं.

राधक्कांचा रूढी-धर्मावर अपार विश्वास होता. फारसं शिक्षण न झाल्यामुळेही तो विश्वास अधिकाधिक दृढ होत गेला असावा. तसं पाहिलं, तर पतीनिधनाचा त्यांच्या आर्थिक परिस्थितीवर काहीही परिणाम झाला नव्हता. घरावर पतीच्या हयातीतही राधक्कांचंच वर्चस्व होतं. नवरा केवळ 'कुंकवाचा धनी' असला, तरी राधक्कांना विधवेचं जिणं असह्य वाटत होतं. घराची देवी लक्ष्मी. विधवा

राधक्का तिची साग्रसंगीत पूजा करू शकत नव्हत्या, हे त्यांचं शल्य होतं.

देखण्या आनंदनं आईची उंची आणि वडिलांची तीक्ष्ण बुद्धी घेतली होती. कुठल्याही दृष्टीनं पाहिलं, तरी अत्युत्तम 'वर' ! याची पत्नी 'लक्ष्मीनिवास'ची पुढची अधिकारी ! कशी मुलगी शोधायची? ती सर्वार्थानं आनंदला साजेशी असली पाहिजे. मितभाषी राधक्का आनंदच्या लग्नाचा विचार कर-करून दमल्या होत्या.

राधक्कांची सुनेची निवड आणि आनंदची बायकोची निवड परस्परांशी जुळणंही अत्यंत कठीण होतं. याची माहिती असल्यामुळे या संदर्भात वसुमतीताई आनंदची 'आईचं बाळ' म्हणून थट्टाही करायच्या.

'लक्ष्मीनिवासा'च्या मालकीणबाई राधक्का लाकडी झोपाळ्यावर बसून सावकाश झोके घेत होत्या. त्यांचा आप्त-सचिव, सल्लागार म्हणूनही जबाबदारी स्वीकारणारे घरचे पुरोहित नारायणाचार्य त्यांच्या पुढ्यात त्यांच्या आज्ञेची वाट पाहत उभे होते.

'मग काय करायचं म्हणता, आईसाहेब?'

'नारायणा, कुंडली खरोखरच जुळते काय? मुलीची पत्रिका कशी आहे?'

'छत्तीस गुण जुळताहेत. अशी पत्रिका जुळणं फार कठीण. मुलीची पत्रिका सगळ्या अर्थानं उत्तम आहे.'

'संततीचा योग आहे की नाही? आनंद या घराचा एकुलता एक मुलगा.'

'फक्त मुलगेच होण्याचा योग आहे, बघा !'

राधक्का विचारात मग्न झाल्या. मुलगी 'गरीब घरातली आहे', म्हणून नाकारण्याऐवजी, 'पत्रिका जुळत नाही' असं सांगत त्यांनी इतके दिवस काढले होते. त्यामुळेच नारायण 'काय उत्तर लिहायचं' म्हणून विचारत होता.

सर्वार्थानं सरस असलेल्या आनंदला अनेक मुली सांगून येत होत्या. त्यात राधक्कांच्या अनेक अटी– मुलगी दिसायला देखणी हवी, श्रीमंत हवी, घराणं चांगलं हवं, शिकलेली हवी, गुणी हवी– आनंद कशात कमी आहे? दिसायला मन्मथ, लक्ष्मीपुत्र. अशा वेळी ही अनुपमेची समस्या त्यांच्यासमोर येऊन ठाकली होती.

आनंदची बहीण गिरिजा एम. ए.च्या पहिल्या वर्गात शिकत होती. अनुपमा दिसायला अत्यंत देखणी असल्याचं गिरिजाही सांगत होती. आनंदनंही तिला पाहिल्याचं श्रीनाथकडून समजलं होतं. अशा वेळी पत्रिकेचं नाटक कशा प्रकारे सादर करता येईल?

गरीब शाळामास्तराची मुलगी आहे; पत्रिका जुळत नाही म्हणून सांगावं? की त्यापेक्षा 'गरीबाघरची लेक सून म्हणून पत्करली, राधक्का किती मोठ्या मनाच्या !' असं कौतुक करून घेऊन आनंदनं पसंत केलेल्या मुलीला घरी आणावं?

त्या काही न बोलता लाकडी झोपाळ्याला मंद झोका देत होत्या. या अतिशय महत्त्वाच्या विषयावर त्यांना निर्णय घ्यायचा होता.

मुलीला नकार दिला तर?... पण आनंदनं याच मुलीशी लग्न करायचा हट्ट धरला, तर मग आपली पत काय राहील?

मुलगी श्रीमंताघरची नाही, हा एकच दोष आहे. पण यात आणखीही एक फायदा आहे. गरीब मुलीला आपण आपल्या मुठीत ठेवू शकू.

त्यांना आठवलं, आनंद लवकरच इंग्लंडला जाण्यासाठी प्रयत्न करतोय. त्याला लग्नाशिवाय पाठवलं आणि त्यानं येताना तिथली एखादी गोरी मड्डम आणली तर?...

या विचारासरशी त्या घामेजल्या. आपलं एवढं मोठं घराणं! घराण्याचे कितीतरी रीतीरिवाज आहेत. वर्षानुवर्षं निष्ठेनं पाळत आणलेले धार्मिक रीतीरिवाज! मठाच्या स्वामींनी सारा चातुर्मासभर आपल्या घरी वास्तव्य केलं होतं ना? हनुमंत जयंतीला आजही गावजेवण घातलं जातंच ना? मठात आपल्या घराण्याचा अखंड नंदादीप तेवत असतो! अशा घराण्यात वेगळ्या जातीची गोरी मड्डम सून म्हणून येणं, गरिबाघरची मुलगी सून म्हणून येण्यापेक्षा लाखपटीनं वाईट ठरणार, यात शंका नाही!

दुसरी गोष्ट म्हणजे, मुलाच्या पसंतीची आपण कदर करतोय असं दिसलं, तर त्याचाही आपल्यावरचा विश्वास आणि प्रेम अबाधित राहील. शिवाय लोकांमध्येही आपला मोठेपणा दिसेल.

'नारायण, मुलीच्या वडिलांना पत्र लिही– म्हणावं, मुलीला अमक्या दिवशी– तूच चांगला दिवस शोधून कळव– दाखवायला घेऊन या. मुलगी पसंत पडली, की दुसऱ्या दिवशी साखरपुडा करायचा..... त्या तयारीनं या म्हणावं.' राधक्का सावकाश म्हणाल्या.

हे ऐकताच गिरिजा मनात म्हणाली, 'म्हणजे दादाचं लग्न ठरल्यासारखंच! अनुपमेला कोण नापसंत करेल?'

नवऱ्या-मुलीला मात्र यापैकी कशाचीच कल्पना नव्हती. ती आपल्या अभ्यासात गर्क झाली होती.

◆ ◆ ◆

शामण्णांना हॉस्टेलवर आलेलं पाहून अनुपमा चकित झाली. त्यांच्या येण्यामागचं

कारण ऐकून तर तिला आश्चर्याचा धक्काच बसला.

'अप्पा, एवढ्यात माझं लग्न कशाला? एम. ए. पुरं होऊ द्या. त्यानंतर मला नोकरी करायची आहे. म्हणजे घरालाही थोडी मदत होईल.'

'वेडी ! अगं, असलं स्थळ दिवसा दिवटी घेऊन शोधलं तरी मिळणार नाही ! माझी काळजी तू करू नकोस. तू तर तुझं सगळं शिक्षण माझ्यावर कणभरही ओझं न घालता केलंस. उलट वरचा खर्चही तू स्कॉलरशिपमधले चार पैसे राखून करतेस. या मुलानं पसंत केलं, तर तू नकार देऊ नकोस.'

'ते फार श्रीमंत आहेत अप्पा! आपल्याला एवढा खर्च करायला परवडणार नाही. वसुधा, नंदाचंही तुम्हांला सगळं करायचंय. कसा झेपणार खर्च? तुम्ही कर्ज काढलं, तरी ते कोण फेडणार आहे? माझ्या परीक्षेलाही आणखी दोन महिने आहेत.'

'अनु, त्यांना आपल्या आर्थिक परिस्थितीची संपूर्ण कल्पना आहे. त्यांची कुठल्याही प्रकारची आर्थिक अपेक्षा नाही. तुझ्या दोन्ही बहिणींना शिकण्यात रस नाही. घरातच राहाताहेत त्या. त्यांचंही जमेल तिथं पाहातच आहे. मी काही कर्ज काढून खर्च करणार नाही, याविषयी खात्री बाळग. तू मुलाला पाहिलंयस ना? कसा आहे?'

यावर मात्र अनुपमा गप्प राहिली. ती आनंदचं काय वर्णन करणार? तेही वडिलांपुढे? मनात मात्र महाश्वेता नाटकातली वाक्यं तरळून गेली. – 'प्रिया, सुंदरांगा, तुला पाहताक्षणी मी तुझ्यावर मोहित झाले,' 'चंद्राची जशी रोहिणी, जशा सागराच्या लहरी, तशी तुझी मी– ' पण यांचा वडिलांपुढे उच्चार कसा करणार?

राधक्कांच्या घरी मुलगी बघण्याचं नाटक सादर होणार, अनुपमेला नाकारण्याची शक्यताच नाही...

◆ ◆ ◆

अनुपमेला दाखवायचा दिवस उजाडला. हे सारं केवळ नाटक आहे, हे सगळ्यांना ठाऊक होतं.

गिरिजेनं अनुपमेला अनेकदा विद्यापीठाच्या आवारात पाहिलं होतं. दादा तिला नाकारणं अशक्य आहे, हे तिला पक्कं ठाऊक होतं. राधक्कांनी यावर भरपूर विचार केला होता.

आनंद तर तिकीट विकत घेतलं, त्याच दिवशी तिच्यावर भाळला होता.

तरीही रूढीप्रमाणे 'मुलगी दाखवायचा कार्यक्रम' झालाच पाहिजे ना !

शुभमुहूर्तावर आनंदशी विवाहबद्ध झाल्याशिवाय, तांदळाचं मापटं लवंडल्याशिवाय अनुपमा 'लक्ष्मीनिवासा'त कशी येणार? राधक्कांची ही आज्ञा होती.

म्हणून तर डॉक्टर देसायांच्या घरी हे 'मुलगी दाखवण्याचं' नाटक चाललं होतं.

अनेक नाटकांमध्ये उत्साहानं काम करणारी अनुपमा मात्र या 'नाटका'च्या वेळी संकोचून गेली होती. कारण तिला समजत होतं, हे केवळ नाटक नाही, हे जीवन आहे. आज पाहायला म्हणून आलेला नायक उद्या खरोखरीचा पती होणार आहे. तिच्या जीवनाशी तो एकरूप होणार आहे. त्याच्या बलिष्ठ बाहूवर तिची मृदू वेल लपेटून चढणार आहे.

हॉलमध्ये आनंदचा छोटासा परिवार होता. डॉक्टर देसाई आणि गरीब वडील बसले होते. वसुमतीताईंबरोबर खाद्यपदार्थांचा ट्रे घेऊन अनुपमा हॉलमध्ये आली.

आनंदनं संकोच बाजूला सारून तिच्याकडे मनसोक्त पाहून घेतलं. अनुपमेनं मात्र खाली घातलेली मान वर केली नाही. त्या दिवशी आग्रहानं त्याच्या गळ्यात तिकीट मारणारी, स्टेजवर निर्भयपणे वावरणारी अनुपमा हीच, की दुसरी कुणी- असं वाटावं, असा तिचा वावर होता. कशीही असली, तरी सुंदर दिसणं हेच अनुपमेचं वैशिष्ट्य होतं. संकोच आणि लज्जेमुळे ती कोमेजून गेली असली, तरी झुकलेल्या कमळासारखं तिचं लावण्य दिसत होतं.

अनुपमेनं त्या दिवसापुरती सुमनकडून अबोली रंगाची रेशमी साडी आणली होती. तिच्या गोऱ्यापान देहावर तो रंग अत्यंत खुलत होता. गडद हिरव्या रंगाच्या ब्लाऊजमुळे अनुपमा अबोलीच्या सुरेख भरगच्च गजऱ्यासारखी दिसत होती. तिचा जाड केसांचा एक लांबसडक शेपटा पाठीवर डौलानं विसावला होता. केळीच्या गाभ्यासारख्या हातांमध्ये लाल काचेच्या बांगड्या अनुपमेच्या मनाचा रोख जाणून मुकाट राहिल्या होत्या. कानातले लाल खड्यांचे लोलक तिच्या मनाचा आनंद जाणून डोलत होते.

तहानेनं व्याकूळ झालेल्यानं हपापून पाणी प्यावं, तसा आनंद तिच्याकडे पाहत राहिला.

राधक्कांच्या मनात मात्र वेगळेच विचार घोळत होते. शामण्णांचा जुनाट काळपट कोट, धोतर पाहून त्यांच्या अर्थिक परिस्थितीचा सहजच अंदाज येत होता. सावत्र आई आली नव्हती, त्यावरून घरातलं अनुपमेचं स्थान काय असावं, ते लक्षात येत होतं.

पण एक मात्र खरं!

अनुपमेला नकार देणं मात्र अशक्य आहे, हे त्यांच्याही लक्षात आलं होतं.

तिचं मनमोहक रूप त्याही पाहत राहिल्या.

राधक्कांचा ठसका, गिरिजेचे दागिने, आनंदची मोटार– सारंच शामण्णांच्या परिघाबाहेरचं होतं. त्यांच्या तोंडून अक्षरही बाहेर पडेनासं झालं होतं.

गिरिजा असूयेनं अनुपमेकडे पाहत होती. आता 'लक्ष्मीनिवास'ची खरीखुरी मालकीण घरात येईल. आपल्याशी स्पर्धा करणारी, आनंदला आपल्या बाजूला खेचून घेणारी ! हे थांबवणं अशक्य आहे !

वसुमतीताईंनी मौन मोडत म्हटलं, 'काही बोलायचं असेल, विचारायचं असेल, तर बोल ना आनंद !'

आनंदनं नकारार्थी मान हलवली.

'अनु, तुला काही विचारायचं असेल तर विचार.'

'काहीतरीच तुझं बोलणं वसु ! अनुपमा काय बोलणार ? तिनं आपल्या मनातलं बोलणं कधीच त्याला ऐकवलंय ! बघ, तिच्या चेहऱ्यावर ते स्पष्टच दिसतंय !'

राधक्कांनीच विषय संपवला, 'आमची माणसं बरीच असतील. लग्न याच गावात होऊ द्या. तुम्ही हवी तितकी माणसं लग्नाला या, पण लग्नाचा खर्च आम्ही करू.'

आईचं उदार हृदय पाहून आनंद खूश झाला. त्याचा आईविषयीचा आदर आणखी वाढला.

अनुपमाही कृतज्ञतेनं मान वर करून राधक्कांकडे पाहू लागली. मास्तर आपल्या योग्यतेप्रमाणे थाटाचं लग्न करून देणार नाहीत, त्यांना ते शक्य नाही, हे स्पष्टच दिसत होतं. पाहुणे कुठल्याही दृष्टीनं आपल्याला साजेसे नाहीत. पण स्वतःचा आब राखण्याचा हा एवढाच मार्ग त्यांच्यासमोर होता.

◆　◆　◆

आनंद आणि अनुपमाचा विवाह अत्यंत थाटामाटात पार पडला. अनुपमाच्या माहेरची केवळ वीस माणसं लग्नाला आली होती. अनुपमाची सख्खी आई मरण पावल्यानंतर तिकडच्या नातेवाईकांशी फारसे संबंध राहिले नव्हते. कुठंतरी लांब राहाणारा एक मामा लग्नाच्या वेळी अक्षता टाकण्यापुरता येऊन गेला, तेवढंच.

सावत्र बहिणीच्या लग्नाचा थाट– तोही तिच्या सासरच्या माणसांनी केलेला– बघून वसुधा आणि नंदा चकित झाल्या होत्या. सावक्कांचा चेहरा तर पार उतरून गेला होता. शामण्णांच्या चेहऱ्यावर लाचार भाव ओसंडत होते. राधक्कांना देवापेक्षाही

वरचं स्थान कल्पून त्यांचं गुणगान करण्यात ते अजिबात थकत नव्हते.

लग्नाच्या आदल्या दिवसापासून सुमन मैत्रिणीच्या लग्नाला हजर होती. अनुपमाचा चेहरा प्रफुल्ल दिसत असला, तरी तिच्या हृदयाची धडधड सगळ्या गावाला ऐकू येईल, अशी तिची तिलाच भीती वाटत होती.

'अनु, तू आनंदशी बोललीस की नाही?'

अनुपमेनं नकारार्थी मान हलवली.

'काही विशेष निरोप असेल तर सांग. मी सांगून येईन.'

'नको–' अनुपमा उत्तरली.

◆ ◆ ◆

वडिलांनी लेकीसाठी पिवळी जर्द कृत्रिम रेशमी साडी आणली होती. त्यांची तेवढीच कुवत होती.

राधक्का? त्यांनी मात्र कधीही न पाहिलेले, कधी नावही न ऐकलेले दाग- दागिने सुनेसाठी केले होते. शेकडो साड्यांमध्ये अनुपमा बुडून गेली होती. घरभरणीच्या वेळी हिऱ्याच्या कुड्या घालत असलेल्या अनुपमेला बघून वसुमतीताई म्हणाल्या, 'राधक्कांनी केवळ दहा टक्के दागिने सुनेला घातले आहेत !' तेव्हा मात्र सगळे चकित झाले होते.

विविध प्रकारचे दागदागिने, त्यातही जुन्या काळचे वजनदार दागिने दिवसभर अंगावर वागवून अनुपमा थकून गेली. त्यावेळीही तिच्या मनात एकच भावना घोळत होती. या सर्व दागिन्यांपेक्षा किती तरी श्रेष्ठ दागिना आपल्याकडे आहे– तो म्हणजे आनंद !

हॉस्टेलमधल्या सगळ्या मैत्रिणी लग्नाला हजर होत्या. लाडक्या मैत्रिणीचं लग्न चुकवणं शक्यच नव्हतं.

आनंदचं त्यापैकी कुठंही लक्ष नव्हतं. सालंकृतच नव्हे, अनलंकृत अनुपमेनं त्याचं लक्ष स्वतःकडे खेचून घेतलं होतं.

◆ ◆ ◆

लग्नघराच्या घाई-गडबडीत कितीही इच्छा असली, तरी आनंदला अनुपमेशी जास्तीचं बोलायला जमलं नव्हतं.

लग्नानंतर आनंद अधिक बडबड्या झाला होता, तर आधी बोलकी असलेली अनुपमा अबोल झाली होती.

‘अनु, बोलत का नाहीस? तिकीट विकायला आली होतीस, तेव्हा कशी बोलत होतीस !’

लाजून अनुपमेनं मान आणखी खाली घातली.

सिंड्रेलाच्या गोष्टीप्रमाणे आनंद आणि अनुपमाचं लग्न पार पडलं. एखाद्या सिनेमात घडाव्यात, तशा वेगानं घटना घडून गेल्या.

अनुपमेलाही आनंद पाहताक्षणी आवडला होता. पण त्याच्याशी कधी लग्न होईल, अशी तिनं कणभरही अपेक्षा केली नव्हती. कारण तिला वस्तुस्थितीची पुरेपूर जाणीव होती. सुमननं तिची आनंदवरून थट्टा केली, तरी तिनं ती उडवून लावली होती, ‘काय हे तुझं बोलणं ! कुठं आम्रवृक्ष आणि कुठं कोकिळा!’ त्यावर हार न मानता सुमनही म्हणाली होती, ‘ओ हो ! जसा काही आम्रवृक्षाचा आणि कोकिळेचा काही संबंधच नाही!’

आता मात्र तेच खरं ठरलं होतं, तरी अनुपमेला सारंच स्वप्नवत भासत होतं. तिला आठवलं, तत्त्वज्ञान सांगणारे या जीवनाला क्षणभंगुर वगैरे म्हणतात; मात्र आता तिचं जीवन आनंदानं फुलून आलेल्या ताटव्यासारखं भासत होतं. कुणालाही हेवा वाटेल अशा घरी तिनं प्रवेश केला होता. नावाजलेलं घराणं, मनाजोगता पती, सुरेख देखणी नणंद, थोड्या ताठ असल्या तरी सतत देवपूजेत मग्न राहाणाऱ्या सासूबाई–

अशा घरी आपली मुलगी देण्यासाठी अनेक श्रीमंत माणसं आतुर असताना, आपण स्वप्नवत या घरी आलो आहोत, याचं अनेकदा अनुपमेला अप्रूप वाटत होतं.

पण तिच्या या साऱ्या ऐश्वर्यात एकच त्रुटी होती. आनंद आणखी तीन महिन्यांत इंग्लंडला जाणार होता. आज ज्याच्या सुखद सहवासात ती आकंठ डुंबत होती, त्याचा विरह लवकरच आपल्याला सोसावा लागणार आहे, याची आठवण तिला अधूनमधून कष्टी करत होती. राधक्काही याच विचारानं अधूनमधून अस्वस्थ होत होत्या.

‘अरे, भरपूर शिकलास ना? तिथं जाऊन आणखी जास्तीचं काय शिकणार आहेस आणि मिळवणार आहेस? आपल्यावर लक्ष्मीची भरपूर कृपा आहे. आता तुझं लग्नही झालंय. काही नको जायला !’

पण आनंद म्हणाला, ‘आई, या विषयावर तू काही बोलूच नकोस. बघता-बघता दोन वर्षं जातील. मी काही कायमचा तिथं राहणार नाही. एकदा जाऊन आल्यावर कायमचा ‘लक्ष्मीनिवासा’तच राहणार आहे.’

लज्जा आणि संकोचामुळे अनुपमा स्पष्टपणे काही बोलू शकत नसली, तरी तिलाही मनोमन आनंदनं परदेशी जाऊ नये, असंच वाटत होतं. पण आनंदनं

तिचीही समजूत काढत म्हटलं, 'अनु, तुला तरी बाहेरचं जग कुठं पाहायला मिळतंय? तू थोडा दम धर.'

हे अनुपमालाही पटलं.

सौंदर्यप्रिय आनंदला अनुपमा दररोज वेगळीच दिसायची. तो स्वत: तिच्या साड्यांची हौसेनं निवड करायचा. लग्नाआधी तिच्याकडे मोजक्याच साड्या होत्या, त्याही साध्या. स्कॉलरशिपमधून राहिलेल्या पैशांमधून तिला तेवढंच जमायचं. हॉस्टेलमध्ये इतर मैत्रिणींमध्ये एकमेकींच्या साड्या बदलून नेसायची पद्धत असल्यामुळे तिला नाटकाच्या वेळी सुंदर साड्या नेसायला मिळायच्या. मैत्रिणीही मोठ्या हौसेनं तिला नेसायला द्यायच्या.

लग्नानंतर आनंदनं तिच्यासाठी साड्यांचा ढीगच आणून टाकला. त्या साड्यांच्या किंमती, त्यातलं वैविध्य तिच्या स्वप्नातही कधी न येणारं होतं. राधक्कांनी आपल्या प्रतिष्ठेसाठी म्हणून तिला जे दागिने घातले होते, त्यातले कितीतरी तिनं त्या आधी जवळून पाहिलेही नव्हते. तिचं सौंदर्य दागदागिने, उत्तम वस्त्रं आणि आनंदचं प्रेम यामुळे अधिकाधिक खुलत होतं, आनंदला आणखी मोहात पाडत होतं.

बघता-बघता दिवस चालले होते. अनुपमाला तर दिवस-महिन्यांऐवजी क्षण-मिनिटे गेल्यासारखं भासत होतं. आनंद-अनुपमा वेळ मिळेल तेव्हा गावात भटकत होते, गप्पा मारत होते, एकमेकांना आणखी जाणून घेत होते, एकमेकांना स्वत:विषयी भरभरून सांगत होते.

आनंदचं इंग्लंडला जाण्याचं तिकीट हातात पडलं, त्यावेळी मात्र अनुपमाचा चेहरा उतरून गेला. इंग्लंड ! कुठं आहे कोण जाणे !... गोऱ्या तरुणींचा देश तो! त्यापैकी एखादीनं आपल्या आनंदचं मन काबीज केलं तर? लग्नाच्या वेळीही कुणीतरी म्हटलं होतं, 'अहो, ही मुलं परदेशी जातात. इथं एक बायको असतेच, तिकडंही एका गोऱ्या मड्डमेशी लग्न करतात. आमच्या शेजारच्या रावांच्या धाकट्या भावानं असंच केलंय म्हणे !'

अनुपमेच्या मनाची कातरता जाणून आनंद म्हणाला, 'अनु, मी तिथं तू यायच्या दिवसाची, तारखेची, तासाची, मिनिटाची वाट पाहत असेन, याची खात्री बाळग.'

'पण तुम्हीच तिथं गेल्यावर मला विसरून गेलात तर?'

'काय वेडी आहेस ग ! असा कसा तुला विसरेन मी? तू चर्चमध्ये होणारं लग्न पाहिलंयस की नाही?'

'अंहं! त्यात काय एवढं विशेष असतं?'

'तिथं ते शपथ घेतात— केवळ मृत्यूच आम्हांला वेगळा करू शकेल. अनु, मी हे शंभर टक्के मानतो. तू काळजी का करतेस?'

अनुपमेनं समाधानाचा निःश्वास टाकला.

आनंदचं विमान आकाशात उडालं. ते एखाद्या ताऱ्याएवढं दिसेपर्यंत अनुपमा एकटक त्याकडे पाहत होती. यानंतर अगदी कमीत कमी म्हणजे सहा-सात महिन्यांनंतर आनंदची भेट होणार !

◆ ◆ ◆

आनंद असताना थोड्याच अवधीत जो 'लक्ष्मीनिवास' तिला चिरपरिचित वाटत होता, तोच आता तिला आनंद नसताना अपरिचित वाटू लागला. तिथं ऐकटीनं पाऊल टाकणं तिला नकोसं वाटलं. किती केलं तरी श्रीमंतांचं घर ! आपलं कामकाज, आपलं वागणं-बोलणं त्या बंगल्याला साजेसं आहे की नाही, याविषयी तिला मनात भीती वाटू लागली.

तिच्या मनातली भीती जाणवून राधक्का म्हणाल्या, 'आनंदचं विमान गेलं. चला, गावी परतूया. घरात तिन्हीसांजेला दिवा लावायला पाहिजे. बघता-बघता सहा महिने जातील. एवढं घाबरायला काय झालं? दिवेलागणीला घरी हजर व्हायला पाहिजे.'

बाहेर गिरिजा आणि ड्रायव्हर तुकाराम वाट पाहत बसले होते. राधक्का बाहेर येत म्हणाल्या, 'तुकाराम, आम्हांला पोतदार सराफांच्या दुकानापाशी सोड आणि धाकट्या बाईसाहेबांना भाजी-मार्केटला घेऊन जा. आठ दिवसांची भाजी घेऊन ये.' त्यांनी भाजीसाठी त्याच्याकडे पैसे दिले. कदाचित नव्या सुनेला घरातल्या सोन्या-चांदीच्या व्यवहारात एवढ्यात कशाला घ्यायचं, असा त्यांचा विचार असावा. आपण घराची मालकीण असताना तिला महत्त्वाचे आर्थिक व्यवहार समजायचं कारणच काय?

यावर अनुपमा काहीच बोलली नाही. वाद घालणं, उलट उत्तर देणं, उगाच संशय घेणं तिच्या स्वभावातच नव्हतं. तिनं आपल्या सासूबाईंनी भाजी आणायला का धाडलं, याविषयी काही विचारही केला नाही. उगाच फाटे फोडणं तिला ठाऊक नव्हतं.

तुकारामनं भाजीची खरेदी संपवली आणि विमनस्कपणे गाडीत बसलेल्या

अनुपमेपाशी येऊन म्हणाला, 'बाईसाहेब, थोरल्या बाईसाहेबांनी दिलेले पैसे पुरले नाहीत. आणखी पाच रुपये चार आणे द्यायला पाहिजेत. देता?'

अनुपमेनं आपली पर्स उघडून पाहिली. आनंदनं गावी जाताना दिलेले दोनशे रुपये तिथंच होते. पण तुकाराम म्हणाला, 'शंभराची नोट नको. पाच रुपयांसाठी एवढी चिल्लर कुणी देत नाही. सुटेच द्या.'

अनुपमेचं शेजारीच असलेल्या गिरिजेच्या पर्सकडे लक्ष गेलं. सराफाच्या दुकानात घाईनं जाताना ती विसरून गेली असावी. क्षणभर तिच्या पर्समधून पैसे काढून घ्यायची तिला भीती वाटली. पण तुकाराम आणि भाजीवाला छोकरा समोरच उभे होते. पाच रुपयांसाठी त्यांना ताटकळायला लावणं अयोग्य वाटून तिनं विचार केला, नाही तरी गिरिजा घरातलीच मुलगी आहे, नणंदच आहे. तिनं गिरिजेची पर्स उघडून त्यातल्या पाच-पाचच्या दोन नोटा काढून तुकारामाच्या हाती दिल्या, 'सुटे आणून दे.'

ते दोघं निघून गेले. अचानक गिरिजाची पर्स तिच्या हातून निसटून खाली पडली. अनुपमा घाबरली. काही किंमती वस्तू असल्या आणि त्या गहाळ झाल्या तर?... तिनं घाई-गडबडीनं पडलेलं सामान गोळा केलं.

पर्समध्ये तसं काही विशेष नव्हतं. कुठल्याही कॉलेजकुमारीच्या पर्समध्ये असणाऱ्या वस्तूच तिथं होत्या. कंगवा, सेंटची बाटली, छोटा आरसा, कॉम्पॅक्ट, टिकलीचं पाकीट असंच किरकोळ सामान होतं. एका रुमालात मात्र काहीतरी गुंडाळून ठेवलं होतं.

रुमाल उलगडून बघताच अनुपमा शिळेसारखी स्तब्ध झाली. तिच्या कल्पनेतही येणार नाही, अशी वस्तू त्या रुमालात गुंडाळून ठेवली होती. त्यात गर्भ-निरोधक गोळ्यांचं पाकीट नीट ठेवलं होतं ! त्यातच एक चिठ्ठी होती, 'रात्री आठनंतर !'

अनुपमा गडबडून गेली. आपल्या अतिश्रेष्ठ घराण्याचा गुणगौरव तिनं असंख्य वेळा ऐकला होता. राधक्कांच्या सोवळयाओवळ्याच्या अवडंबराची कटकट ती दररोज पाहतच होती. आणि अशा घरातली ही तरुण मुलगी कसले धंदे करतेय हे !... अनुपमेचा काही क्षण स्वत:च्या डोळ्यांवरही विश्वास बसेना. तिनं पुन्हापुन्हा त्या गोळ्या पाहून खात्री करून घेतली.

वस्तुत: तिलाही लग्नाच्या वेळेपर्यंत या गोळ्यांची माहिती नव्हती. लग्नानंतर आनंदचा परदेश-प्रवासाचा बेत पक्का असल्यामुळे, त्यानंच तिला त्या गोळ्यांची ओळख करून दिली होती.

—तिनं पुन्हा ती चिठ्ठी निरखून पाहिली. ते अक्षरही गिरिजाचं नसल्याचं तिच्या लक्षात आलं. मग कुणाचं असेल हे?... काय चाललंय हे सगळं?...

घरात आनंद आणि राधक्कांना हे ठाऊक आहे काय?

अनुपमानं गडबडीनं पर्स पुन्हा भरून ठेवली. गिरिजाच्या पर्समध्ये सत्तर-ऐंशी रुपये नेहमीच असायचे. त्यातले पाच रुपये काढल्याचं तिच्या लक्षात येणार नाहीच. आपण पर्स उघडल्याचं तिला सांगायचं नाही, असं अनुपमेनं ठरवलं.

ड्रायव्हरनं गाडी सोनाराच्या दुकानापाशी उभी केली. राधक्का आणि गिरिजा गाडीत येऊन बसल्या. अनुपमेनं गिरिजाचा चेहरा निरखून पाहिला– तिला तो नेहमीसारखा सुरेख न वाटता कपटी आणि धूर्त तरुणीचा चेहरा वाटला.

'माझी पर्स इथंच राहिली वाटतं ! तुम्ही पाहिली काय?'

'इथं? मला ठाऊक नाही, कुठं आहे?' अनुपमा खोटंच म्हणाली.

सीटखालची पर्स काढून देत राधक्कांनी बजावलं, 'गिरिजा, पर्स अशी इथं-तिथं टाकायची नसते. आपण पर्स कुठंतरी टाकायची आणि लोकांवर उगाच आळ घ्यायचा, हे काही बरं नव्हे.'

अनुपमाला हा नाटकीपणा वैताग आणणारा वाटला.

गावी आल्यावर अनुपमानं गिरिजेच्या वागणुकीवर विशेष लक्ष ठेवलं. पण याविषयी कुणाशीही मनमोकळं बोलण्याचं धैर्य तिला वाटलं नाही.

राधक्कांना सांगण्याइतकं धैर्य तिच्या अंगी नव्हतंच. सासूसुनेच्या नात्यात एवढा मोकळेपणा कुठून येणार? त्यात अनुपमा गरीब घरातून आलेली सून. तोंडानं त्याविषयी बोलून दाखवलं नाही, तरी तसं वागून दाखवण्याची त्यांची पद्धत होती. शिवाय घरात सतत काही ना काही चाललेलं असे. कधी फुलांचा लक्ष वाहणं, कधी देवांना सहस्र दिव्यांनी ओवाळणं, कधी देवांची हळदी-कुंकवानं पूजा बांधणं— काही ना काही चाललेलं असे.

नारायण राधक्कांना दररोज काही ना काही धार्मिक विधी करायला लावत होता. राधक्का त्याच्या शब्दाबाहेर नसायच्या. या धार्मिक विधींसाठी होणाऱ्या खर्चाचा तर किंचितही विचार केला जात नव्हता. कुणाला त्याची फिकीरही नव्हती.

गिरिजेच्या संदर्भात आनंदला तरी कशी लिहिणार ती? किती झालं तरी त्याची ती लाडकी बहीण! बायको काय अलीकडे घरी आलेली. अनुपमेची आनंदशी अजून नीट ओळखही झाली नव्हती. अशा वेळी अशी नाजूक गोष्ट कशी कळवणार?

गिरिजा रूपगर्विता आणि त्याहून महत्त्वाचं म्हणजे गर्भश्रीमंत घरातली. त्यामुळे तिनं स्वत:च्या तोऱ्यात राहणं स्वाभाविक होतं. अनुपमा सुंदर असली, तरी गरीब घरातून आलेली. स्वभावानंही गरीब. त्यामुळे अनुपमेची मोठी कुचंबणा होत होती.

एक दिवस गिरिजानं सांगितलं, 'आई, दोन दिवसांसाठी हळेयबिडु-बेलूरला ट्रीप जाणार आहे. मीही जाणार.'

'कॉलेजची ट्रीप? मुलंही येताहेत काय?'

'मुलं येणारच ना ! पण बरोबर लेडी-टीचरही आहेत.'

गिरिजेनं आईची समजूत घालून परवानगी मिळवली.

राधक्कांना वंश-परंपरेनं प्रचंड श्रीमंतीबरोबर सुरेख गुलाबी रंगही आला होता. त्याचबरोबर साखरेचा रोग-डायबेटीसही आला होता. शिवाय वात-प्रकृतीमुळे अलीकडे त्यांना सायंकाळी तास-तासभर बसून पूर्वीप्रमाणे देवाची पूजा करायलाही जमत नव्हतं.

सुंदरक्कांच्या घरी त्यांच्या नातवाचा वाढदिवस होता, त्यानिमित्तानं त्याची आरती करायची आहे, म्हणून राधक्कांच्या घरी निरोप आला. गिरिजा ट्रीपला गेल्यामुळे राधक्कांनी अनुपमेलाच आरतीसाठी जाऊन यायला सांगितलं.

मोठ्या घरची सून म्हटल्यावर अनुपमेलाही एकटं पाठवलं जात नव्हतं. ड्रायव्हर सोबत असायचाच. सुरुवातीला तिला याचं कौतुक वाटलं, तरी हळूहळू तिला तो आपलं स्वातंत्र्य हिरावून घेणारा सोन्याचा पिंजरा असल्यासारखं वाटू लागलं होतं.

सासूबाईंनी सांगितल्याप्रमाणे उत्तम रेशमी साडी नेसून आणि सोन्याचे दागिने लेवून अनुपमा गाडीत बसली. तिच्या देखण्या रूपाकडे राधक्कांनी निरखून पाहिलं.

सगळ्या श्रीमंत घरांप्रमाणेच सुंदरक्कांच्या घरचा आरतीचा थाट होता. तिथल्या गर्दीतही अनुपमा सगळ्यांचं लक्ष वेधून घेत होती. त्यामुळे संकोचून एका कडेला   बसलेल्या अनुपमेकडे कमला आवर्जून गेली. त्या दोघींची लग्नाआधीपासून ओळख होती. शिवाय कमला आणि गिरिजा एकाच वर्गात शिकत होत्या.

सहज काहीतरी बोलायचं म्हणून अनुपमानं विचारलं, 'तू का ग गेली नाहीस हळेयबिडु-बेलूरच्या ट्रीपला?'

कमला आश्चर्यानं म्हणाली, 'ट्रीप? ही काय शाळा आहे असल्या सहली न्यायला ! आता तर आमची सेमिनारची घाई चालली आहे–'

बेसावधपणे जेवताना अचानक घशात दगड अडकावा, तशी अनुपमेची गत झाली. काही तरी चुकतंय, हे लक्षात आलं, तरी घराण्याचा मान राखण्यासाठी तिनं मनातला गोंधळ लपवायचा प्रयत्न केला.

पण कमलानं विचारलंच, 'कुणी सांगितलं अशी ट्रीप आहे म्हणून?'

'कुणीतरी म्हणत होतं. कोण बरं?... आठवत नाही !'

'गिरिजा कुठं आहे?'

खोटं बोलायची अजिबात सवय नसलेली अनुपमा चाचरत म्हणाली, 'डोकं दुखतंय तिचं. झोपलीय!'

'अच्छा ! म्हणून कॉलेजला आली नाही वाटतं !'

'होय !'

काहीतरी करून कमलाला टाळायचं, म्हणून सुंदरक्कांकडे वळून ती म्हणाली, 'उशीर होतोय मला ! कुंकू लावता?'

'अग, घाई कसली करतेस? नवं कुठलं नाटक यानंतर?' सुंदरक्कांच्या मुलीनं– ललितेनं विचारलं.

'खरंच ! एम. ए. झाल्यावर तू घरीच आहेस ना ! श्रीमंताघरची सून, हाता-पायाशी नोकर ! मग काय ! हवा तेवढा वेळ मिळत असेल तुला !' कमला म्हणाली.

'पुरे ग ! राधक्कांची सून ! आणि नाटक करणार? छाती फुटेल आमच्या राधक्कांची ! लग्नाआधीची गोष्ट वेगळी ! यानंतर असले प्रकार चालणार नाहीत त्यांच्या घरी ! एवढं मोठं घराणं त्यांचं ! आणि नाटक करायचं? छे: ! आणि मी म्हणते, नाटकं करून असे कितीसे पैसे मिळणार आहेत? राधक्का कडक बाई आहे ! ती काय, मीही माझ्या सुनेला नाटकं करायला सोडणार नाही !' सुंदरक्कांनी हायकोर्टचं जजमेंट दिलं.

सारं ऐकून- त्यातही नाटकाविषयीचे त्यांचे विचार ऐकून अनुपमा चक्रावून गेली होती.

श्रीमंत घराणं, नवरा सुशिक्षित आणि कलाप्रिय, व्वा ! लग्न ठरलं, तेव्हा अनुपमालाही इतरांबरोबर किती आनंद झाला होता ! अगदी धन्यधन्य वाटलं होतं. तिच्या हॉस्टेलमधल्या मैत्रिणींमध्येही 'अनुपमेसारखं आपलंही जीवन असतं तर काय बहार येईल !' अशा अर्थाची भावना व्यक्त झाली होती. त्याला आनंदाबरोबरच मत्सराची किनारही होती.

अशा घरात कलेविषयी इतकी हीन भावना असल्याचं ऐकत असताना, तिला हृदयाला कुणीतरी डागण्या देत असल्यासारखं वाटलं. कदाचित आनंद परतल्यावर त्याच्याकरवी आपण सासूबाईंचं मन वळवू शकलो, तरच आपल्याला पुन्हा आपल्या अभिनयकलेचा आनंद लुटता येईल, या बारीकशा विचारानं, अंधारात एखाद्या मिणमिणत्या ज्योतीमुळे भासतो, तसा आधार वाटला. तरीही तिचं मन खिन्नच होतं. उत्साहानं नटून-थटून घराबाहेर पडलेली अनुपमा जड हृदयानं घरी परतली.

तिच्या मनात गिरिजेचं वागणं आणि नाटकाविषयीची या लोकांची तिरस्काराची

भावना, यामुळे वावटळ उठली होती.

गिरिजा घरी परतली. अनुपमेशिवाय आणखी कुणालाच तिच्या प्रवासाविषयी नेमकी माहिती नव्हती. पण हे कुणापुढे सांगणंही अनुपमेला शक्य नव्हतं.

या साऱ्या वातावरणात आनंदचं पत्र तेवढंच उन्हाचा ताप कमी करणारा वळवाच्या पावसाचा शिडकावा होत होतं. त्या पत्रांमधून आनंद आपल्या तिथल्या दैनंदिन जीवनाविषयी, मनाला छळणाऱ्या विरह-भावनेविषयी लिहायचा. ते वाचताना 'आपल्याला देवानं पंख दिले असते, तर उडून आनंदपाशी गेले असते...' या विचारात ती गढून जात होती.

संध्याकाळी राधक्का देवळात 'भारत-मंगळ' प्रवचन ऐकायला गेल्या होत्या. अनुपमा माडीवरच्या लाकडी झोपाळ्यावर झुलत नुकतंच आलेलं आनंदचं पत्र वाचत बसली होती; पुन्हापुन्हा वाचत होती.

'अनुपमा, तुला नाही तो उद्योग करायला कुणी सांगितलं होतं?' संतापानं तणतणत जिना चढून वर आलेल्या गिरिजेनं तिच्या पुढ्यात उभं राहून विचारलं. तिचा चेहरा लालबुंद झाला होता.

अनुपमा घाबऱ्या-घाबऱ्या उभी राहिली. तिला गिरिजेच्या बोलण्याचा आधी अर्थच समजला नाही.

'काय केलं मी?'

'काल कमलापुढं माझी तब्येत बरी नाही, म्हणून कुणी सांगितलं? तूच ना?'

अनुपमा अवाक होऊन उभी होती.

'आणि हळेयबिडुच्या ट्रीपविषयी चौकशी करायचा चोंबडेपणा करायला कुणी सांगितलं होतं तुला?'

'मी...मी मुद्दाम नाही बोलले. सहज विषय निघाला. शिवाय मी तू गेल्याचंही सांगितलं नाही. तुझा काहीतरी गैरसमज झालाय.'

'काही गैरसमज झालेला नाही! मी हळेयबिडुला गेलेच नव्हते, असं तुला म्हणायचंय ना?'

'तू कुठं जाऊन आलीस ते तुलाच ठाऊक! पण गिरिजा, मी तुझ्याहून मोठी आहे. तुला एक सांगू?'

गिरिजा काही बोलली नाही.

'हे बघ, तुझं वागणं योग्य नाही. तू ज्या वाटेनं चालली आहेस, तो चुकीचा मार्ग आहे. आपल्या घराण्याला हे शोभणारं नाही, एवढंच तुला मी सांगते!'

'मला तुझ्या उपदेशाची काही गरज नाही. माझी आई आणि थोरला भाऊ आहेत मला सांगायला! तुम्ही चारचौघांपुढे परक्या पुरुषांबरोबर प्रेमाचे प्रसंग रंगवता, तो मार्ग योग्य म्हणायचा काय?'

'ते नाटक असतं. खरं जीवन नव्हे. तू हवी तिथं चौकशी कर. एकही व्यक्ती माझ्याविषयी वेडंवाकडं बोलणार नाही!'

'हे पाहा, गरिबाला श्रीमंती लाभली, की दिवसा दिवटी घेऊन फिरायला लागतात, अशी म्हण आहे ना, तसं झालंय तुझं! मला उपदेश करता? आजपर्यंत मला कुणी अवाक्षरानं सुनावलं नाही. हवं तर मीच तुम्हांला चारचौघांत सुनावेन!'

गिरिजाच्या या बोलण्यावर अनुपमा घाबरली. तोच पावलांचा आवाज ऐकू आला. राधक्का आल्याचं जाणवून अनुपमा गप्प बसली.

आईला पाहताच क्षणार्धात गिरिजेचा नूर पालटला. तिनं रडवेल्या स्वरात आईला सांगितलं, 'आई ग! वहिनींना वाटतंय, मी हळेयबिडुला गेलेच नाही. काल कुंभारांच्या कमलीला यांनी भोचकपणे विचारलं म्हणे! कॉलेजमध्ये माझा किती अपमान झाला!' आणि ती हुंदके देऊन रडू लागली.

राधक्कांनी जोरात विचारलं, 'हे खरं आहे, अनुपमा?'

एका किरकोळ गोष्टीचं मोठं प्रकरण होऊ पाहत होतं, याची अनुपमेला कल्पना आली. ती लगेच म्हणाली, 'सहज विचारलं मी. माझं चुकलंच! तुम्हांला आणि गिरिजाला याचा त्रास झाला असेल, तर क्षमा करा मला!'

आपल्या काळ्याभोर डोळ्यांना पदर लावत, अश्रू आवरत अनुपमा आपल्या खोलीत धावली.

राधक्कांनी लेकीकडे वळून विचारलं, 'गिरी, खरं सांग, कुठं गेली होतीस?'

'आई, राघवेंद्रस्वामींची शपथ! ज्या लक्ष्मीची तू पूजा करतेस, त्या लक्ष्मीदेवीची शपथ घेऊन सांगते, मी कॉलेजच्या ट्रीपलाच गेले होते. अग, त्या कमलीची आणि आमची बॅच वेगळी आहे!'

आर्ट-साईडला बॅचच नसते, हे राधक्कांना कुठून ठाऊक असणार म्हणा!

'बरं बरं! पुरे! म्हणूनच जुनी माणसं म्हणायची, कुळशील बघून सून घरी आणावी म्हणून! हिच्याशीच लग्न करायचं म्हणून आनंदनं हट्ट धरला, म्हणून मी गप्प बसले. त्याला येऊ दे तर खरा!'

बाहेर उभी राहून गिरिजेचं बोलणं ऐकणारी अनुपमा खोट्या शपथा ऐकून घाबरून गेली होती. हे कसलं घराणं? ही कसली श्रीमंती? हे कसलं जीवन देवानं माझ्या वाट्याला दिलंय म्हणायचं? तिला तीव्रपणे आनंदची आठवण झाली. कधी येईल तो? तो आल्यावर आपलं जीवन असं राहाणार नाही.

सुनेकडून श्रावणातल्या साऱ्या पूजा आणि नवरात्राचे सगळे धार्मिक नियम पाळायला लावून त्यानंतर तिला परदेशी पाठवावं, असा राधक्कांचा विचार होता. अनुपमेचा पासपोर्ट-व्हिसा होईपर्यंत तेवढा वेळ जाणारच होता.

गिरिजेचं प्रकरण झाल्यापासून अनुपमा शक्य तितकी जपून वागत होती. कुठल्याही बाबतीत फारसं बोलत नव्हती. समोर असेल तेवढं काम करत होती. राधक्का सांगतील ते कामही मुकाट्यानं पार पाडत होती. कुठं पूजेची तयारी करणं, फुलं खुडून आणणं, माळा करणं अशी बारीकसारीक कामं तिच्या वाट्याला येत होती.

हात फुलांचे हार करण्यात गुंतले, तरी तिचं मन मात्र आनंदबरोबर अपूर्ण राहिलेल्या नाटकातले प्रवेश रंगवण्यात मग्न होऊन जाई. मन तेवढंच शांत होऊन जाई.

गौरीपूजेच्या निमित्तानं श्रावण महिन्यात अनुपमेच्या वडिलांकडून पाच रुपयांची मनीऑर्डर आली. पहिल्या वर्षीची गौरीपूजा पद्धतीप्रमाणे माहेरी घेऊन जाऊन करायला हवी. पैशाच्या चणचणीमुळे अनुपमेला माहेरचंही बळ राहिलं नव्हतं. गौरीपूजेचं अवडंबर राहू द्या, तिला मायेनं माहेरी बोलावणारंही कुणी नव्हतं.

पाच रुपयांची मनीऑर्डर बघून राधक्कांचा संताप शिगेला पोहोचला.

'तुझ्या बापाची आर्थिक कुवत नसेल, पण हे पाच रुपये पाठवले याचा काय अर्थ?... आमच्या ड्रायव्हरला खुशाली देतो आम्ही पाच रुपये ! लेकाची इच्छा म्हणून आम्ही लग्नाला होकार दिला. मुलगी आणि नारळ चालेल म्हटलं, तर खरोखरच मुलगी आणि नारळ द्यायचा काय? तुझ्या धाकट्या बहिणीच्या लग्नानंतर असे पाच रुपये गौरीपूजेसाठी म्हणून पाठवले, तर ते पाहुणे गप्प बसतील काय? पैशांबरोबर तुझ्या आई-बापानं शकुनाच्या दोन ओळी तरी लिहिल्या आहेत काय?...' श्रावणाच्या संतत धारेप्रमाणे राधक्कांची मुक्ताफळं अनुपमेवर बरसत होती.

यावर अनुपमेचा काहीही इलाज नव्हता. सावक्का नाही म्हटलं तरी सावत्र आई ! ती कशाला प्रेम-वात्सल्य दाखवायला येईल?

◆ ◆ ◆

या साऱ्या मनस्तापदायक वातावरणात आनंद हा एकच आशेचा किरण होता. संपत शुक्रवारची लक्ष्मीपूजा म्हणजे 'लक्ष्मीनिवासा'तला मोठ्या अभिमानानं साजरा करायचा सण. या सणासाठी राधक्कांची वर्षभर तयारी चालत असे. घरातले सगळे दागदागिने आणि मौल्यवान वस्तू त्या निमित्तानं बाहेर निघत. त्याचे चार भाग करून त्यातला एकेक भाग लक्ष्मी देवी, अनुपमा, गिरिजा आणि

स्वत: घातले होते. शेकडो सुवासिनींना त्या दिवशी हळदीकुंकवासाठी बोलावलं होतं. सुनेकडून त्यांतल्या ज्येष्ठ सुवासिनींचे पाय धुण्याचा कार्यक्रम चालणार होता.

पूजेच्या वेळी धूप जाळण्यासाठी निखारे हवे होते. नारायणाचार्य 'मुहूर्त टळतोय ! लवकर निखारे आणा,' म्हणून घाई करू लागले. योग्य मुहूर्तावर लक्ष्मी-पूजा केल्यामुळेच लक्ष्मी आपल्या घरी वास्तव्य करून आहे, असा राधक्कांचा विश्वास होता.

राधक्कांनी सुनेकडे पाहिलं. अनुपमा लगबगीनं उठली आणि स्वयंपाकघरात जाऊन तिनं दोन निखारे चिमट्यात पकडून धूपदानात घातले. गडबडीच्या भरात एक घटना घडली. एक लालबुंद रसरशीत निखारा अनुपमेच्या पावलावर पडला.

पावलाचा वरचा भाग पोळला, तरी अनुपमेनं निखारा पुन्हा धूपदानात घातला आणि ती गडबडीनं बाहेर आली.

पूजा संपली. पावलावरच्या जळलेल्या भागाची होणारी आग सहन न झाल्यामुळे अनुपमेनं त्यावर थंड पाणी ओतलं. थोडं बरं वाटलं, पण पाणी ओतायचं थांबवल्यावर पुन्हा भगभग होऊ लागली. ती पुन्हा पाणी ओतत असताना बाहेरून राधक्कांची हाक आली, 'अनुपमा, सगळेजण आलेत. फुलं द्यायची आहेत. कुठं गेलीस तू? बाहेर ये बघू !'

जळलेल्या जागी आता मोठा टचटचीत फोड आला होता. तिनं त्यावर मलम लावलं, तरी आग होतच होती. दोन-चार दिवस, यावर इलाज नाही, हे ठाऊक असल्यामुळे अनुपमेनं त्याविषयी कुणालाच काही सांगितलं नाही. शिवाय कुणापुढे सांगणार म्हणा ! सहानुभूतीनं ऐकून घेणारं तरी तिथं कोण होतं !

फोड बसला. जखम भरून आली. पण त्या जागी खाज सुटू लागली. अनुपमेला आश्चर्य वाटलं. खाजवून-खाजवून ती जागा लालबुंद झाली.

मध्ये काही दिवस गेले. अनुपमेचं त्या जागी लक्ष गेलं. एक छोटासा पांढरा डाग तिथं दिसला. तिनं निरखून पाहिलं. खपली पडून गेल्यामुळे तो डाग राहिला असावा, असा विचार करून तिनं तिकडे फारसं लक्ष दिलं नाही.

पण तिला फार दिवस तिकडे दुर्लक्ष करता आलं नाही. तो डाग थोडा मोठा झाल्याचं तिच्या लक्षात आलं.

कसला डाग असेल हा? सुरुवातीला लक्षात आलं नसलं, तरी लवकरच तिच्या लक्षात आलं.

अनुपमाच्या अंगावर कोड फुटलं होतं.

मनात तो विचार येताच अनुपमाला आपलं हृदयच थांबल्याचा भास झाला.

तिच्या चेहऱ्यावरचे बदल राधक्कांना जाणवले; तरी वाटलं, नवऱ्यापासून दूर राहिल्यामुळे चेहरा उतरला असेल.

त्याच वेळी शामण्णांचं पत्र आलं. त्यात वसुधेचं लग्न ठरल्याची बातमी होती. नवरा मुलगा लक्ष्मी को-ऑपरेटिव्ह बँकेत क्लार्क असून आणखी सहा महिन्यांनंतर लग्न असल्याचं त्यांनी कळवलं होतं. मुलाची आजी आजारी असल्यामुळे मुलगी पसंत पडल्याचं ज्या दिवशी समजलं, त्याच दिवशी लग्नाच्या याद्याही केल्या होत्या. अनुपमेनं त्याबद्दल राग मानू नये, असंही त्यांनी लिहिलं होतं.

वसुधेचं लग्न ठरलं, ही बातमी निश्चितच आनंदाची होती. साखरपुड्यासाठी बोलावलं असतं, तरी त्या वेळी अनुपमा जाऊ शकली नसती. आपल्याला कुठला रोग झालाय, त्यावर उपाय काय वगैरे विवंचनेत ती घेरली गेली होती. हा उपचार इतरांच्या नकळत झाला पाहिजे...

अनुपमेनं त्या आधी कितीतरी कोड फुटलेल्या माणसांना पाहिलं होतं. त्यावेळी मनात कुठलीही तीव्र भावना नसायची. पण आता आपल्यालाच तो रोग झालाय म्हटल्यावर तिच्या मनात आलं– देवा, असा काय गुन्हा केलाय मी? कुणालाही केवळ शब्दानंही कधी दुखावलं नाही. मग कुणाचा शाप मला भोवला असेल? तेही आनंद गावात नसताना– अनोळखी सासरी राहात असताना– देवा, मला या रोगापासून मुक्त कर. आणखी कुठलाही आजार झाला तरी चालेल मला ! पण हे कोड नको !...

सगळ्यांच्या नकळत डॉक्टरांकडे कसं जायचं, हा एक मोठाच प्रश्न होता. घराबाहेर कुठं जायचं असेल, तर दाराशी ड्रायव्हरसह गाडी उभी असते. म्हणजे राधक्कांना समजणारच. घरी सांगायचं धैर्य नाही. घरच्या फॅमिली-डॉक्टरांना दाखवणं म्हणजे रस्त्यानं जाणाऱ्या भुताला घरात बोलावून घेतल्यासारखा प्रकार होईल !

अनुपमेची तगमग होत होती. याविषयी परदेशी राहणाऱ्या आनंदला लिहिणं शक्य नाही. कुठल्या जन्मीचं पाप या जन्मी नशिबी आलं असेल?... न दिसणाऱ्या देवाशी आणि दैवाशी अनुपमेचा वाद चालला होता.

तो पांढरा डाग मात्र हळूहळू विस्तारत होता. अनुपमा दिवसेंदिवस रोड होत होती. अगम्य भविष्यकाळात काय दडलंय, याची चिंता करत होती.

एक दिवस संध्याकाळी गिरिजा घरात नसताना तिनं राधक्कांना सांगितलं, 'मी हॉस्टेलकडे जाऊन येते... मैत्रिणींना भेटून येते. खूप दिवस झाले त्यांना भेटून!'

राधक्कांनी परवानगी दिली, 'बरं ! तासाभरात येशील ना? संध्याकाळी मलाही पुराण ऐकायला जायचं आहे. मला गाडी लागेल. तुला आणायला पुन्हा ड्रायव्हर येईल, हवं तर !'

अनुपमेनं ही संधी पकडत म्हटलं, 'नको, तुम्हांला उगाच कशाला त्रास? मी येईन बसनं !'

'बरं. पण अंधार करू नकोस परतायला. लवकर ये.'

अनुपमानं घाबरतच सिटी बस धरली. कॉलेजमध्ये असताना तिनं अनेक डॉक्टरांच्या नावाच्या पाट्या वाचल्या असल्या, तरी प्रत्यक्षात त्यांपैकी कुणाचीच ओळख नव्हती. आता एखादा डॉक्टर, तोही चांगला, शोधायचा आणि सगळ्यांच्या न कळत त्याला जाऊन भेटायचं– अनुपमाला या प्रकारच्या चोरटेपणाचा आधीपासूनच राग होता. पण आता तिचा नाईलाज होता.

'डॉ. राव, त्वचातज्ज्ञ' असा बोर्ड दिसताच तिची पावलं अभावितपणे त्या दिशेला पडली. बाहेरच्या हॉलमध्ये पाच-सहा रुग्ण बसले होते. एकाच्या शरीरावर मोठेमोठे फोड दिसत होते. आणखी एका रोग्याच्या अंगाचा काही भाग खाजत होता. आणखी काही रुग्णांच्या आजाराचं स्वरूप प्रथमदर्शनी लक्षात येत नव्हतं– कदाचित त्यांच्या आजाराचं स्वरूप न सांगता येण्याजोगं असावं.

अनुपमा तिथं येताच इतर रोग्यांचंही तिच्याकडे लक्ष गेलं. त्यांच्या चेहऱ्यावर आश्चर्य उमटलं– कारण रुग्ण असल्याचं कसलंच चिन्ह अनुपमेकडे पाहताना दिसत नव्हतं. चेहऱ्यावरचे म्लान भाव वगळता ती अजिबात रोगी वाटत नव्हती.

तिथली परिचारिका तिच्यापाशी येऊन म्हणाली, 'डॉक्टर घरात आहेत. तुम्ही हवं तर तिथंच भेटू शकता.' अनुपमा डॉक्टरांना सहज भेटायला आलेली कुणी नातेवाईक असावी, असं तिला वाटलं. नकारार्थी मान हलवून अनुपमा डॉक्टरांची वाट पाहत बसून राहिली.

बराच काळ गेल्यासारखं तिला वाटत होतं. प्रत्येक रोगी एवढा वेळ डॉक्टरांशी का बोलत राहतो, डॉक्टरांनी आपल्याला का लवकर बोलावू नये, आपल्याला परतायला उशीर झाला, तर राधक्का काय म्हणतील, या विचारांमध्ये ती गढून गेली असतानाच तिचं नाव पुकारण्यात आलं. ती घाबरतच डॉक्टरांच्या केबिनमध्ये शिरली.

मध्यम वयाचे, करड्या केसांचे, तरीही सहानुभूती दर्शवणाऱ्या डोळ्यांचे डॉक्टर समोर दिसताच अनुपमेच्या मनातली भीती काही प्रमाणात कमी झाली.

'डॉक्टर, पावलावर निखारा पडल्यामुळे पांढरा डाग आलाय. मला वाटतं कोड आहे.'

'तुम्ही बसा. जे सांगायचं ते बसून सांगा. घाबरण्याचं काहीही कारण नाही.' डॉक्टर शांतपणे म्हणाले.

तिनं निऱ्यांचा घोळ उचलून पायावरचा डाग दाखवला. डॉक्टरांचा चेहरा

पूर्ववत होता, 'खरंय तुमचं. तुमचा अंदाज खरा आहे.'

मनात कुठंतरी डॉक्टरांकडून 'असं काही नाही, हे कोड नाही, दुसरा कसला तरी डाग आहे' असं ऐकायला मिळेल, अशा प्रकारची पुसट आशा होती, तीही जमीनदोस्त झाली !

अनुपमा डॉक्टरांचं बोलणं ऐकताच अवाक झाली. डॉक्टरांच्या दृष्टीनं तो नेहमीचाच आजार होता. त्यांनी लगेच सांगितलं, 'हा कधीच पूर्णपणे बरा न होणारा रोग आहे, असं मात्र समजू नका. तुमच्या घरी हा रोग आणखी कुणाला आहे काय?'

'माझी आई लहानपणीच वारली. माझ्या माहितीप्रमाणे तिच्यापैकी कुणालाही हा आजार नव्हता. तसंच वडिलांकडेही कुणाला नाही. डॉक्टर, हा आनुवंशिक रोग आहे?'

'नाही, तसं काही नाही. पण फॅमिली-हिस्ट्री विचारली. हा रोग वंशपरंपरेनंच येतो, असं ठामपणे म्हणता येत नाही.'

'पावलावर निखारा पडल्यामुळे हा आजार झालाय का?'

'ते एक निमित्त झालंय, एवढंच. काहीजणांना कुठल्याही निमित्ताशिवायही हा रोग होऊ शकतो. काही स्त्रियांना गरोदरपणात हा रोग येऊ शकतो.'

'मला का झाला हा रोग?' डोळ्यांतलं पाणी पुसत अनुपमानं विचारलं.

'कारण सांगता येणार नाही. औषधं लिहून देतो– ती वापरून पाहा.'

'त्यानंतर मी पूर्णपणे बरी होऊन पूर्वीसारखी होईन काय?' तिनं आशेनं विचारलं.

'या बाबतीत खरं ते सांगतो. काहीजणांना लगेच गुण येतो. काहीजणांच्या बाबतीत डाग पसरत नाही. प्रत्येक मनुष्यदेह वेगवेगळा असतो ना ! त्यामुळे निश्चित असं काहीही सांगता येत नाही.'

अनुपमा उठून उभी राहिली.

डॉक्टरांनी सांगितलं, 'हे पाहा, शक्यतो तुम्ही या आजाराला तोंड द्यायचा प्रयत्न करा. मानसिक क्लेश आणि चिंता याचा या रोगावर उलट परिणाम होऊ शकेल.'

अनुपमा विद्ध स्वरात म्हणाली, 'डॉक्टर, मी इथं आल्याचं तुम्ही गुप्त ठेवाल?'

मंद हसत डॉक्टर राव म्हणाले, 'त्याची काळजी करू नका. आमच्या पेशाचा तो धर्मच आहे !'

जड अंतःकरणानं अनुपमा तिथून बाहेर पडली. आता तिला समजलं होतं, प्रत्येक रोगी डॉक्टरांचा एवढा वेळ का घेतो ते !

◆ ◆ ◆

दिवसेंदिवस अनुपमाची परिस्थिती बिघडत चालली होती. हा आजार कधीच बरा झाला नाही तर? हा डाग इतर कुणाच्यातरी नजरेला पडला, तर आपलं भविष्य काय? आनंदला हे सारं कसं कळवायचं?

डॉक्टरांनी दिलेली औषधं मोठ्या श्रद्धेनं, भक्तीनं वापरली, तरी अनुकूल गुण दिसत नव्हता. डॉक्टरांनी सांगितलं होतं, 'चर्म-विकार बरे व्हायला वेळ लागतो. मनाचा संयम अत्यंत महत्त्वाचा आहे.'

तिचा संयम अपार असला, तरी भोवतालच्या लोकांमध्येही तेवढाच संयम हवा ना !

डॉक्टरकडे जाऊन येणं म्हणजे मोठा यज्ञ केल्यासारखं प्रत्येक वेळी तिला वाटत होतं. घरी काहीतरी खोटं कारण सांगून बाहेर पडायचं, कुणी पाहत नाही ना, याची खात्री करून घेऊन दवाखान्यात शिरायचं; आणि रात्री उशीर होण्याआधी घरी परतायचं. यातलं काहीही चुकलं तरी जीवन वैराण होऊन जाईल, हे भय एकीकडे ! सतत मानेवर धारदार तलवार टांगल्यासारखी भावना मनावर दडपण ठेवत होती.

पायावरचा डाग कुणाला दिसू नये, म्हणून ती साडी आणखी पायघोळ नेसू लागली. त्यामुळे काही वेळा साडी पायात अडकायची. आपल्यालाच का हा आजार झाला?... गेल्या जन्मीच्या काहीतरी दृष्कृत्याचं फळ असेल काय?... कुणाचा शाप भोवला असेल?... या आणि यासारख्या अनेक प्रश्नांमध्ये घेरली जाऊन अनुपमा निराश होत होती.

त्या दिवशी राधक्का इंदिराक्कांच्या घरी गेल्यानंतर संधी साधून अनुपमा दवाखान्याकडे निघाली. खोटं बोलायची सवय नसलेल्या अनुपमेनं चाचरतच 'मैत्रिणीकडे जाते' म्हणून सांगितलं होतं. नेहमीप्रमाणे संध्याकाळच्या वेळी गिरिजा घराबाहेर होती.

पण तो दिवस नेहमीसारखा नव्हता.

इंदिराक्का गावात नव्हत्या. त्यामुळे राधक्कांनी बाजारात किरकोळ खरेदी करून त्यानंतर घरी जायचं ठरवलं. त्याप्रमाणे त्यांनी ड्रायव्हरला सूचना दिली. त्यांच्या नेहमीच्या विशिष्ट दुकानात, पूजेसाठी लागणारं केशर आलंय का, यांची ड्रायव्हर तुकारामाला चौकशी करून यायला सांगून त्या गाडीतच बसून राहिल्या. सहज इकडंतिकडं नजर टाकत असताना त्यांची नजर 'डॉक्टर राव, चर्मरोग तज्ज्ञ' या पाटीकडे गेली. असल्या डॉक्टरांकडे गुप्तरोग झालेले रोगी जातात, हे राधक्कांनाही ठाऊक होतं. त्या विचारानंही त्यांच्या कपाळावर आठ्या उमटल्या. नेमक्या त्याच क्षणी त्या दारातून अनुपमा बाहेर आल्याचं त्यांनी पाहिलं !

अचानक विजेचा लोळ अंगावर कोसळला, की विजेचा झटका बसला?...

काहीही नाही. काही क्षण राधक्कांचं तोंड उघडंच राहिलं. विश्वास ठेवणं अशक्य वाटावं, असं काहीतरी त्यांनी पाहिलं होतं.

कसली सून ही ! कसलं घराणं म्हणायचं? ह्याच घटनेविषयी आणखी कुणी सांगितलं असतं, तर आपणही त्यावर विश्वास ठेवला नसता. पण स्वत:च पाहिलं ना ! त्यांचा सारा देह बधिर होऊन गेला.

तुकारामानं सांगितलं, 'केशर मिळालं–' तेव्हाच त्या भानावर आल्या.

यातलं अनुपमेला काहीही ठाऊक नव्हतं. दवाखान्याबाहेर येऊन तिनं बस पकडली. आपल्या आयुष्यातील वादळाला सुरुवात झाल्याची तिला कणमात्र कल्पना नव्हती.

पाहिलेल्या दृश्यामुळे राधक्का आणखी कठोर झाल्या होत्या. उलट अनुपमा नव्यानं उद्भवलेल्या विचित्र परिस्थितीमुळे आणखी मऊ झाली होती.

अनुपमा माडीवरच्या आपल्या खोलीत बसून आनंदचं नुकतंच आलेलं पत्र पुन्हापुन्हा वाचत होती. आनंदनं त्यात ब्रिटिश रंगभूमी आणि तिथल्या नाटकांविषयी लिहिलं होतं, 'इथं दररोज नवनवे प्रयोग होत असतात. इथली रंगभूमी सतत काही ना काही घडल्यामुळे गाजत असते. अनु, तू इथं आलीस की इतकी खूश होशील ! मला मात्र कामाच्या अतिरिक्त ताणामुळे त्याचा आस्वाद म्हणावा तसा घेता येत नाही. सुंदर निसर्ग बघितला, सुंदर कविता ऐकली, कुठल्याही प्रकारचं सौंदर्य समोर आलं, की तुझी आठवण येतेच ! तू आणखी दोन-तीन महिन्यांत इथं येत आहेसच ना ! मी त्या दिवसाची वाट पाहत दिवस मोजतोय.'

'अनुपमा–'

अनुपमा आपल्याच तंद्रीत वाचत होती, 'काहीजण जीवनाला कठीण व्रत मानतात. मला मात्र तसं अजिबात वाटत नाही. तुझ्या नुसतं पत्राचं सान्निध्यही माझं जग सुंदर करून टाकतं ! अनु, आई कशी आहे? तिचं मन अजिबात दुखवू नकोस. तू तसं करणार नाहीस, हे मलाही ठाऊक आहे, पण ती तुला एखादा कठोर शब्द बोलली, तर माझ्यासाठी म्हणून तू तिकडं लक्ष देऊ नकोस.'

'अनुपमा !–'

राधक्कांच्या हाकेनं अनुपमा भानावर आली. त्या हाकेत भरलेला दाह तिला चटकन जाणवला. अनुपमा गडबडीनं उठली. तिच्या अपेक्षेपेक्षा त्या लवकर घरी परतल्या होत्या. तिनं जिन्यावरूनच 'आले–' म्हटलं.

'का? मैत्रिणीकडे गेली नाहीस? की बाजारात जाऊन आलीस?' राधक्कांनी वकिली पद्धतीनं प्रश्न टाकले.

काहीतरी घोटाळा झाल्याचं लक्षात आलं, तशी अनुपमा आणखी गडबडली.

‘खाली ये आधी–’

अनुपमेनं एक पाऊल पुढं टाकलं असेल–नसेल, निऱ्यांचा घोळ पायात अडकला, की डोळ्यांपुढे अंधारी आली, कोण जाणे ! ‘अय्यो...’ म्हणत अनुपमा जिन्यावरून गडगडत खाली कोसळली. त्या पुढं तिला डोळ्यांपुढे काजवे चमकल्याचं आठवलं तेवढंच !

◆ ◆ ◆

अनुपमा कोसळल्याचा आवाज ऐकताच पूजेसाठी आलेले नारायणाचार्य, स्वयंपाकीण, ड्रायव्हर तुकाराम, नुकतीच बाहेरून आलेली गिरिजा, सगळेच आत धावले.

अनुपमा उताणी पडली होती. कपाळावर खोक पडून रक्त वाहत होतं. पायावरच्या निऱ्या बाजूला झाल्या होत्या !

जे झाकण्यासाठी अनुपमा अनेक खटाटोप करत होती, ज्यासाठी ती सुचेल त्या देवाला साकडं घालत होती, नेमकं तेच आता सगळ्यांच्या समोर नग्न सत्य होऊन उभं ठाकलं होतं !

अनुपमाच्या पावलावरचा पांढरा डाग बघून सगळ्यांचे चेहरे पांढरे फटक पडले होते.

राधक्का पाषाणवत उभ्या राहिल्या. त्यांच्या जीवनातला हा मोठाच आघात होता ! भानावर येताच त्या अनुपमेजवळ जाऊन वाकून पायाकडे पाहू लागल्या. त्यांचा नम्र सचिव नारायणय्या उद्गारला, ‘छे: ! आईसाहेब, सूनबाईंना हा आजार झालाय ! कसं होणार पुढं!...’

गिरिजा मनातल्या मनात म्हणाली, ‘माझं गुपित शोधायला निघाली होतीस नाही का ! बघ ! देवानं कशी शिक्षा केली !’

कुणाचंही अनुपमाची शुद्ध हरपली आहे, याकडे लक्षच नव्हतं. आश्चर्याचा जोर ओसरला नव्हता. अखेर स्वयंपाकिणीनं आतून पाणी आणून अनुपमेच्या चेहऱ्यावर शिंपडलं. अनुपमेला फार मार बसला नसला, तरी झाल्या प्रकारामुळे ती गळून गेली होती.

डोळे उघडताच तिची सभोवताली नजर फिरली आणि काय घडलं असेल याची तिला कल्पना आली. निऱ्या सारख्या करत ती भिंतीला रेलून बसली. जे घडायचं ते घडून गेलंय, आता पुढं काय?– हा प्रश्न तिच्यापुढे होता.

राधक्कांच्या पुढेही ‘पुढं काय?’ हा प्रश्न होताच.

‘अनुपमा, तुला बाजारात पाहिलं मी आज !’ राधक्कांनी चौकशी सुरू केली.

अनुपमा खालच्या आवाजात म्हणाली, ‘मी डॉक्टरकडे गेले होते.’

'मला मैत्रिणीकडे जाणार म्हणून खोटं का सांगितलंस?'

अनुपमा निरुत्तर झाली. मनात आलं, राघवेंद्रस्वामी आणि लक्ष्मीदेवीची शपथ घेऊन गिरिजानं खोटं नव्हतं का सांगितलं? पण हे बोलून दाखवण्यात काय अर्थ आहे? सुनेचं नातं आणि लेकीचं नातं यात भरपूर अंतर आहे...

'केव्हापासून आहे हा डाग?'

'अलीकडेच आलाय.'

'लग्नाआधीचाच असेल... !'

'नाही. परवा लक्ष्मीपूजा झाल्यानंतरच्या काळात आलाय.'

लगेच नारायणाचार्यानं मल्लिनाथी केली, 'सोवळं नीट पाळलं गेलं नसेल ! लक्ष्मीदेवीचा कोप काय विचारता !'

राधक्कांनी त्याला गप्प बसायची खूण केली.

'हे आनंदला ठाऊक आहे?'

'नाही. परवा-परवाच डाग आलाय.'

'डॉक्टरांकडे का गेली होतीस?'

'हेच दाखवायला.'

'आणखी काही कारण नाही काय?'

'आणखी कुठलंही कारण नाही. यासाठीच दोन-तीनदा गेले होते.'

'तू आम्हांला का सांगितलं नाहीस?'

यावर अनुपमा काय बोलणार?

'खोटं बोलू नकोस. आधीचाच हा रोग असला पाहिजे. त्यात गोरी कातडी ! आमचा आनंद स्वभावानं भोळा. तू त्याला भुरळ पाडलीस ! म्हणूनच म्हणतात, घराणं बघून सून घरी आणावी म्हणून! तुझ्या माहेरी आणखी कसले-कसले रोग आहेत देव जाणे !–

'किती विचित्र घडलं हे ! आमच्या घराण्याचा आब केवढा ! आता गावात मान वर करून चालणं कठीण झालं ! नारायणा, अरे, पत्रिका नीट जुळली होती की नाही?'

'आईसाहेब, त्यांनी जी पत्रिका दिली होती, ती जुळली !'

'कसली खोटी पत्रिका दिली होती, देव जाणे !'

अनुपमा काही न बोलता बसून होती. राधक्कांच्या वाक्प्रहारानं ती व्यथित होऊन गेली होती.

◆ ◆ ◆

अनुपमा जेवायला बसली, तरी घास घशाशी अडकल्यासारखा झाला होता.

नेहमी स्वत: हसतमुख राहून भोवतालचं वातावरण प्रसन्न ठेवणं, हा अनुपमाचा स्वभाव होता. पण आज एकटीच जेवताना मनातलं दु:ख उचंबळून येत होतं. जेवण अर्धवट टाकून ती तशीच उठली. ती उठताच तुंगक्कानं – स्वयंपाकिणीनं, त्या जागी पाणी शिंपडून जमीन सारवून घेतली.

अनुपमा चमकली. याचा अर्थ काय असेल?

दुपारी तीनच्या सुमारास सुंदरक्का आल्याचं अनुपमेला ऐकू आलं. एरवी स्वत: जिना उतरून खाली येऊन स्वागत करणं, हा तिचा स्वभाव होता. पण आज तिला ते नको वाटलं.

दोघी मैत्रिणींच्या गप्पा अनुपमेला ऐकू येत होत्या.

'राधाबाई, बातमी समजली. फार वाईट वाटलं बघा ! तुमच्यासारख्यांची अशी फसवणूक व्हायला नको होती.'

'काही कळेनासं झालंय बघा ! रूप बघून फसलो, आता काय करायचं हेच कळेना. तुम्हांला कुणी सांगितली बातमी?'

'लिंगव्वानं सावंत्रीला सांगितलं म्हणे. नारायणाला विचारलं, खरं की खोटं म्हणून ! त्यानं खरंय म्हणून सांगितलं, म्हणून आले.'

'काहीच सुचेना काय करावं!'

'तुम्हांला ठाऊक नाही? अहो, हे कोड म्हणजे, त्वचेचा कुष्ठरोग ! पांडुरोग म्हणतात, तो हाच की काय? बघा बाई, एकीचा रोग दुसरीला लागायचा कुठंतरी ! गेल्या जन्मीचं कुठलं तरी पाप या जन्मी या रोगाच्या रूपानं अंगावर उठलंय !...'

अनुपमा दचकली. तिला डॉक्टरांनी सांगितलं होतं, कोड संसर्गजन्य नाही; अनेकांचा तसा अंधविश्वास आहे. कुष्ठरोग आणि ह्या आजाराची क्लिनिकल लक्षणं सारखी दिसतात, पण याचा त्याच्याशी काहीही संबंध नाही. कोडामुळे त्वचा विरूप होते एवढंच. या आजारामुळे कुठल्याही प्रकारची विकृती निर्माण होत नाही.

डॉक्टरांनी तिला नीट समजावून सांगितलं असलं, तरी हे तिच्याकडून कोण ऐकून घेणार?

◆ ◆ ◆

दुसऱ्या दिवशी सकाळी अनुपमेला नेहमीप्रमाणे जाग आली. ती रात्री जेवली नव्हती. कुणी तिला जेवायला बोलावलंही नव्हतं. नेहमीप्रमाणे बागेतली टोपलीभर फुलं खुडून ती देवघरात पाऊल ठेवणार, तेवढ्यात नारायणाचार्यानं बजावलं, 'आत पाऊल टाकू नका ! सोवळ्यातल्या देवांना ओवळं करू नये !'

कालपर्यंत अनुपमा घरची छोटी मालकीण असल्यामुळे खालच्या मानेनं बोलणारा

भिक्षुक आज इतर जातीच्या माणसांमुळे होणाऱ्या विटाळाप्रमाणे मागं सरला! याची तिला अजिबात अपेक्षा नव्हती. या रोगाचे परिणाम चांगले नसतील, याची तिला जाणीव असली, तरी त्यांच्या नेमक्या स्वरूपाची तिला कल्पना नव्हती.

अवाक्षर न बोलता फुलांची टोपली देवघराच्या दाराशी ठेवून ती निघाली. समोरून सोवळ्यानं येणाऱ्या राधक्कांच्या चेहऱ्यावर अपशकुन झाल्यासारखा तिरस्कार उमटला. त्यांनी मान फिरवली.

'नारायणा, ती फुलं फेकून दे बघू! आणि भांड्यावर सोवळ्याचं पाणी शिंपडून घे!'

हृदयावर तापलेल्या सळीचा डाग द्यावा, तशी अनुपमेची अवस्था झाली. ती खाली मान घालून निघून गेली.

यानंतर या घरातलं आपलं स्थान कामवाल्या बाईपेक्षाही खालचं असल्याचं तिच्या लक्षात आलं. कामवाली आपलं काम उरकल्यानंतर आपल्या घरी निघून तरी जाते; पण ती कुठं जाणार?... माहेरी?... सावत्र आई घरात आली, त्याच दिवशी खऱ्या अर्थी तिचं माहेर तुटलं होतं. लग्न झाल्यानंतर ती एकही दिवस माहेरी गेली नव्हती. कधी जावंसं वाटलंही नव्हतं.

आणि हा 'लक्ष्मीनिवास'! कालपर्यंत हे तिचं घर होतं, पण आजपासून हे घरही परकं झाल्याचं राधक्का पदोपदी दाखवून देत होत्या. मग तिचं घर कुठलं? तिच्या मनानंच उत्तर दिलं, इंग्लंडला– जिथं आनंद आहे, तिथंच आपलं घर! पण आनंद तरी तिथं किती दिवस राहील? दोन-तीन वर्षं. त्यानंतर पुन्हा 'लक्ष्मीनिवास'चं तिचं घर ना? राधक्कांबरोबरच त्यानंतर राहावं लागेल. अशा प्रकारचे आचारविचार असलेल्या आनंदच्या आईबरोबर!

लग्नाआधी रात्रंदिवस कामात गढून गेलेल्या अनुपमेला, ह्या फक्त जेवणखाण करून राहायच्या जीवनाचा नाही म्हटलं तरी कंटाळा आला होता. त्यात हे मानसिक क्लेश सहन करणं, तिला तापदायक होत होतं. कधी संपणार आपला हा वनवास!...

अनुपमाला कोड फुटल्याचं घरात सगळ्यांना समजलं होतं. स्वयंपाकीणबाई तुंगक्का, ड्रायव्हर तुकाराम, नारायणाचार्य, कामवाली निंगव्वा– सगळे आपापल्या पद्धतीनं यावर आपसात टीका-टिप्पणी करत होते. त्याचबरोबर त्यांनी ही बातमी गावभरही पसरवली असावी... या विचारानं अनुपमा क्षणभर थरकापली.

'अय्यो- पापऽ! आपल्या अनुपमाला कोड फुटलंय म्हणे! कसला रोग बाई हा!'

'सगळं मनासारखं झालंय म्हणून फार मिरवत होती नाही का! म्हणून

देवानं असं केलंय.'

'कोड असलेल्या बायकोला कोण नांदवेल? माहेरी पाठवून दिल्याशिवाय राहाणार नाही !'

पण हजारो मैल दूर असलेला आनंद यावर विश्वास ठेवेल काय? तो आपल्यावर विसंबलेल्या पत्नीचा हात मध्येच सोडून देईल काय?

नाही ! असं होणार नाही ! त्याचा स्वभाव या साऱ्यांसारखा नाही. शिवाय तो स्वत: डॉक्टर आहे. उलट तोच या साऱ्यांना समजावून सांगेल–

जेवायच्या वेळी तुंगक्कानं खाली बोलावलं.

दररोज सासू-सून आणि गिरिजा एकत्र जेवायच्या. आज राधक्का आणि गिरिजाचं जेवण झालं होतं, हे अनुपमेच्या लक्षात आलं.

तो दिवस संपला–

असे आणखी किती दिवस घालवायचे? अनुपमेचा उद्वेग दाटून आला. याचा अंत तरी कुठं आणि केव्हा आहे?

पण लवकरच तोही दिवस आला.

दुसऱ्या दिवशी सकाळीच 'लक्ष्मीनिवास'चं गेट वाजलं. तिनं माडीवरच्या आपल्या खोलीतून पाहिलं– शामण्णामास्तर आत येत होते.

काय होणार याची कल्पना आली, तरी मन एक प्रकारे कठोर होऊ लागलं. जे होईल ते पाहाता येईल, अशी भावना मनात निर्माण झाली. ती कान देऊन खाली चाललेलं संभाषण ऐकू लागली.

'काल रात्री तुमची तार मिळाली. सकाळची पहिली बस पकडून मी आलो–' शामण्णामास्तर बसता बसता म्हणाले.

'अनुपमा आता आराम आहे ना?'

'तिला काय धाड भरलीय ! ठणठणीत आहे !'

'आनंदरावांकडची काही बातमी?'

'तोही ठीक आहे.'

'तुमची प्रकृती कशी आहे?' शामण्णा टेलिग्रामचं कारण शोधत होते.

'आम्हांला काहीही झालेलं नाही. तुम्हांलाच विचारायचं होतं. शाळेत शिकवणारे मास्तर तुम्ही ! गरिबाघरची मुलगी– हुशार आहे म्हणून देसायांनी सांगितलं होतं. आम्ही त्यावर विश्वास ठेवला. तुम्हीही आमच्या चांगुलपणाचा गैरफायदा घ्यायला नको होता ! आम्ही फक्त नारळ आणि मुलगी स्वीकारायला तयार झालो. म्हणून हा मोठाच दागिना आमच्या गळ्यात मारलात, नाही का !'

'काय बोलताय तुम्ही? काय झालं? मला काहीही समजत नाही. तिचं काही चुकलं असेल तर क्षमा करा. आईवेगळी पोर ! काहीतरी उलट बोलली

असेल. मी तिला समजावून सांगेन... आम्ही गरीब आहोत, पण कसलीही फसवणूक केलेली नाही. देवाचीच साक्ष देऊन सांगतो.'

'तर मग बोलवाच तुमच्या साक्षीला ! मुलीला कोड असतानाही ते लपवून तिला आमच्या घरी दिलीत ना ! ही फसवणूक का केलीत तुम्ही?'

'काय? अनुपमाला कोड आहे? कोण म्हणतंय? अशक्य आहे ते ! आमच्या घराण्यात आजवर कुणालाही कोड आलेलं नाही ! तुमची काहीतरी चुकीची कल्पना झाली आहे !'

'चुकीची कल्पना? थांबा ! अनुपमा–'

'अनुपमा–' शामण्णांनीही हाक मारली.

जड अंत:करणानं आणि पावलांमध्ये मणामणाच्या बेड्या असाव्यात, अशा प्रकारे जिना उतरत अनुपमा खाली उतरली. समोर प्रवासामुळे थकलेले, त्याहीपेक्षा दु:खानं आणि चिंतेनं व्यथित झालेले वडील आणि परीक्षा घ्यायला उभी असलेली घरातली इतर माणसं उभी होती. ही आपली अग्निपरीक्षाच ! अग्निपरीक्षा देऊनही सीतेचा वनवास कुठं चुकला म्हणा !

अनुपमा खाली मान घालून उभी राहिली.

'अनु, तुझ्या सासूबाई काय सांगताहेत? खरं आहे ते?'

वडिलांच्या प्रश्नावरही अनुपमा काही न बोलता उभी राहिली.

'आम्ही खोटं बोलतो म्हणतात तुझे वडील ! सांग त्यांना खरं काय आहे, ते !'

एक ना एक दिवस सांगितलंच पाहिजे... किती दिवस लपवणं शक्य आहे?...

'अप्पा, परवा-परवापर्यंत काहीही नव्हतं. गेल्या एक-दोन महिन्यांत मात्र हा पांढरा डाग दिसायला लागला–' तिनं निऱ्या उचलून पावलांवरचा पांढरा डाग दाखवला.

राधक्कांच्या चेहऱ्यावर विजयाचा आनंद पसरला आणि शामण्णांच्या चेहऱ्यावर निराशा.

'पटलं ना? आता तुम्ही तुमच्या मुलीला तुमच्या घरी घेऊन जा. आमचा मुलगा आल्यानंतर पुढचा विचार करू या. डाग नाहीसा झाल्याशिवाय अनुपमानं या घराचा उंबरा पुन्हा ओलांडू नये. आमची फसवणूक झालीय ! आनंदलाही मी सगळं कळवेन...'

नंतर त्या अनुपमाकडे वळून म्हणाल्या, 'समजलं ना मी काय सांगितलं ते? आणि माहेरी जाताना आम्ही दिलेले सोन्याचे दागिने इथंच ठेवून जा !'

शामण्णा गयावया करत म्हणाले, 'तुम्हांलाही मुलगी आहे. हिलाही तुमची मुलगी समजा. देवानं मागच्या कुठल्यातरी जन्माची शिक्षा दिली आहे तिला ! तुम्ही अशा कठोर झालात तर कसं?... आईवेगळी पोर ! तुम्हीच तिच्या आई...'

अनुपमानं शामण्णांना मध्येच अडवलं, 'चला अप्पा, आलेच मी. लगेच निघू या.'

राधक्कांचा दगडासारखा कठोर स्वभाव अनुपमा जाणून होती. आपल्या खोलीत जाऊन तिनं आपल्या लग्नाआधीच्या साध्या, मोजक्या साड्या आणि आनंदचा तिच्याबरोबरचा फोटो तेवढा घेतला.

'गिरिजा, तुझ्या वहिनीला कुंकू लाव!'

अनुपमाला जाणवलं, कदाचित ही आपली या घराशी आणि या माणसांशी शेवटची भेट ठरेल. अवाक्षर न बोलता, सारा भावनावेग आवरून अनुपमा आपली पिशवी उचलून वडिलांबरोबर 'लक्ष्मीनिवासा'बाहेर पडली–

मागं वळून न बघता–

◆ ◆ ◆

सावक्का अस्वस्थपणे आत-बाहेर करत होत्या. आदल्या दिवशी त्यांच्या सावत्र मुलीच्या – अनुपमाच्या घरून आलेल्या तारेमुळे त्या घराची शांतता डहुळली होती. कारण नेमकं समजलं नसलं, तरी तो अपशकुन असल्याचं सावक्कांना जाणवलं होतं.

संध्याकाळी उन्हं उतरत असताना शामण्णा येत असल्याचं दिसलं. पाठोपाठ अनुपमाही दिसली.

दमून-भागून दाराच्या ओसरीतच शामण्णामास्तरांनी बसकण मारली. त्यांनी दीर्घ सुस्कारा सोडला. अनुपमा काही न बोलता आत गेली.

'अनुला का पाठवलीय माहेरी? ना कुठला सण, ना कार्य–' त्यांनी विचारलं.

शामण्णा काही बोलले नाहीत. ते भिंतीला टेकून बसले.

'तुमचा चेहरा एवढा का उतरलाय? काय झालं? ही बया सासरी भांडली-बिंडली की काय ?'

यावरही शामण्णा बोलले नाहीत.

'मी म्हणते, झालं तरी काय तुम्हांला?'

'भूक लागलीय ! आधी स्वयंपाकाचं काहीतरी बघ बघू! नुसत्या चौकशा करू नकोस. सकाळपासनं तोंडात पाण्याचा थेंब नाही–'

'अय्यो ! असले कसले हे पाहुणे जळ्ळे मेले ! पहिल्यांदा श्रीमंत पाहुण्यांकडे गेलात तर जेवणाचं राहू दे– पाणीही दिलं नाही? आमच्या वसुधाच्या घरचे पाहुणे बघा कसे व्यवहारी आहेत ! नुसता श्रीमंतीचा फुकट डौल काय कामाचा?...'

शामण्णा संतापले. प्रवासाची दमणूक, पोटात भुकेचा डोंब उसळलाय, मन

आधीच दु:ख आणि अपमानानं विद्ध झालंय, त्यात ही बायको टोमणे मारतेय–
'बंद कर तुझं पुराण ! आम्ही इथं मरायला लागलोय... तू पाहुण्यांची तुलना करत बसलीस! आधी भाताला ठेव. पुढचं सगळं नंतर सांगतो मी–'

काही झालं तरी मनातलं दु:ख कुणापुढे तरी मांडणं भाग होतं. शामण्णांना ते शक्य होतं, पण अनुपमा? ती काही न बोलता गप्प होती. सावक्कांनाही जाणवलं– काहीतरी हिचीच भानगड आहे–

रात्रीचं जेवण झाल्यावर शामण्णांनी जे घडलं ते सगळं सावक्कांना सांगितलं.

सावक्कांना मुलींच्या तुलनेत आपल्या मुलींचा स्वार्थ असला, तरी अनुपमा खोटारडी नाही याविषयी त्यांची खात्री होती. त्यांचं अनुपमेवर कधीच प्रेम नव्हतं. एखाद्या परक्या अनाथ मुलीविषयी त्यांना अनुकंपा वाटली, तरी आपल्या या सावत्र मुलीविषयी त्यांची भावना करकरीत होती. आपल्या आधी आपल्या पतीच्या प्रेमाची सर्वाधिकारी असलेल्या आणि अनुपमेच्या रूपानं आपली कायमची आठवण ठेवून गेलेल्या सवतीचं अस्तित्व सतत दाखवणारी ही मुलगी कितीही गुणवती असली, तरी सावक्का कशा तिच्यावर प्रेम करतील?

पण अनुपमाला लग्नाआधी कोड नव्हतं, हे सावक्कालाही ठाऊक होतं.

लग्नानंतर नजरेआड झालेली सवतीची मुलगी आता पुन्हा परित्यक्ता होऊन माहेरी आली होती. सावक्कांना संताप आला. आधीच गरिबी, त्यात मुलींच्या लग्नाची चिंता– अशा वेळी सावत्र मुलगी घरी आली म्हटल्यावर आगीत आणखी तेल ओतल्यासारखं झालं होतं !

'पण तुम्ही तिला इथं का घेऊन आलात? त्यांना सांगायचं, तुम्ही जाणे अन् तुमची सून जाणे! हवा तेवढा पैसा आहे ना– तिथंच ठेवून हवं तेवढं औषध-पाणी करा म्हणावं ! नाहीतर तुमच्या घरात तिला जशी ठेवायची तशी ठेवा म्हणावं... एकदा मुलगी दिली म्हणजे ती आमच्या कुळाबाहेर गेली !'

'असं का बोलतेस? तुझ्या मुलीवरच अशी पाळी आली असती तर?'

'काहीतरी अभद्र बोलू नका !'

'अग, घेऊन जा, डाग कमी झाल्यावर घेऊन या' म्हणून सांगितलंय ना? प्रयत्न करू या. प्रयत्न करायचं आपल्या हातात आहे. यश देणं– न देणं भगवंताच्या हातात !'

'तसं नव्हे, आता लोकांचं तोंड कसं बंद करायचं, हा खरा प्रश्न आहे. मध्येच कशी ही आली म्हणून लोक विचारायला लागले, तर काय उत्तर देऊ? उगाच लोकांच्या मनात संशय! नंतर वसुधाच्या सासरी ही बातमी समजली तर? आनंदराव कधी येणार तेही निश्चित नाही.'

'खरंय तुझं. तो विचार करायचाच. मीही लिहितो आनंदरावांना. अनुपमाही लिहू दे. तेच यातून काहीतरी मार्ग काढतील. त्यांनाही त्यांच्या बायकोच्या भविष्याविषयी काळजी असेलच ना!'

अनुपमाला सारं बोलणं ऐकू येत होतं. तिच्याही मनात आनंदचे– केवळ आनंदचेच विचार घोळत होते.

◆ ◆ ◆

प्रिय आनंद,

एव्हाना तुम्हांला माझ्याविषयीची 'बातमी' समजली असेल. जर समजली नसेल, तर मात्र मलाच ते कटु सत्य तुम्हांला सांगितलं पाहिजे.

आनंद, एक-दोन महिन्यांपूर्वी माझ्या जीवनात वावटळ उठली आहे. निखारा पडल्याचं निमित्त होऊन साऱ्याची सुरुवात झाली. जखम वाळली, खपलीही पडली- पण पावलावर पांढरा डाग मात्र राहिला. मला हे कुणापुढं सांगावं ते समजलं नाही. गोंधळून जाऊन मी डॉक्टर राव यांना तो डाग दाखवला. तो कोडाचा डाग असल्याचं त्यांनी सांगितलं. तुम्ही डॉक्टर आहात, त्यामुळे या संदर्भातला जास्तीचा तपशील लिहीत नाही. तुम्हांला या रोगाविषयी माहिती असेलच. आमच्या घरी कुणालाही हा रोग झालेला नाही. तरीही मला झालाय. डॉ. रावांनी औषधही दिलंय.

मला तुमच्या घरच्या माणसांवर दोषारोप करायचा नाही– पण आईंना वाटतं, मी तुम्हांला फसवलंय– लग्नाआधीच तो डाग असला पाहिजे, वगैरे.

आनंद, तुम्हांला तर ठाऊकच आहे, आधी असा कोडाचा डाग माझ्या अंगावर नव्हता. आता तो दुर्दैवानं आला आहे. तुम्हांला किंवा तुमच्या घरच्या लोकांना फसवण्याचा विचार कधीही माझ्या मनात नव्हता. खरं तर तुम्ही माझ्या दृष्टीनं हाताला येऊ न शकणारं नक्षत्र होता.

आता मी माहेरी राहत आहे. माझं मन संपूर्णपणे तुमच्यातच लीन झालं आहे. मी इथं तरी किती दिवस राहणार?

तुम्ही लगोलग पत्र लिहा. ती. आईंनाही पत्र लिहून कळवा. तुमच्या पत्राची चातकाप्रमाणे वाट पाहत आहे.

तुमचीच अनुपमा.

आनंदच्या पत्राची वाट पाहणं, हे आता अनुपमेचं एकमेव काम होऊन बसलं होतं. संपूर्ण जीवनाचा प्रवाहच बदलून टाकण्याची ताकद या आनंद नावाच्या भगीरथात आहे, असा तिचा विश्वास होता.

सावक्काही मागच्या पिढीतल्या होत्या. कोड म्हणजे अभद्र, अशीच त्यांचीही भावना होती. अनुपमा बाहेरची सगळी कामं घाण्याला जुंपलेल्या बैलाप्रमाणे अविश्रांतपणे करत होती. ती आपल्या मनातली अस्वस्थता आणि निराशा कामात व्यक्त होऊ देत नव्हती.

दिवस मावळला, की रात्रीच्या वेळी ती आकाशातले तारे निरखत बसत होती. आता आनंद काय करत असेल?... त्याला आपलं पत्र पोहोचलं असेल का?... त्यावर त्यानं लिहिलेलं उत्तर इथं आपल्याला कधी मिळू शकेल?... नक्षत्रांनो, कालिदासाच्या मेघदूताप्रमाणे तुम्हीही माझा निरोप क्षणार्धात आनंदला पोहोचवू शकाल– आणखी कुणाला मी तरी विनवू?...

पोस्टमन वासप्पा म्हणायचा, ‘अनुपमा, तू का दररोज पोस्टापर्यंत येण्याचे कष्ट घेतेस? पत्र आलं, की मी सर्वांआधी तुला आणून देईन ना ! मग तर झालं?’

विवाहित मुलगी कारणाशिवाय माहेरी फार दिवस राहिली, की समाजात बोलणाऱ्यांच्या हाती माईक दिल्यागत! त्यातही खेड्यामध्ये जास्तच ! इंद्राचं वैभव पायाशी लोळत असलेल्या घरी दिलेली अनुपमा कारणाशिवाय माहेरी येऊन का राहिली आहे, हे गावकऱ्यांना समजेना. पण म्हणून गप्प बसणंही त्यांच्या स्वभावात नव्हतं.

शेजारच्या घरातल्या शांतव्वांनी चौकशी केली, ‘का, हो? तुमची अनुपमा सगळे सण संपल्यावर का बरं आलीय? काही विशेष बातमी?’

‘छे, हो ! तशी काही बातमी नाही. उगाच कंटाळा आलाय म्हणून आली झालं !’

‘सासरकडचंही कुणी बोलवायला आलं नाही –’

‘त्यांच्या घरी तरी पुरुषमाणसं कोण आहेत बोलवायला यायला !’

किती दिवस अशा प्रकारे विषय लपवून ठेवणार? अनेक अफवा, कडवट तिरकस कल्पना हवेत पसरू लागल्या.

अनुपमाचा पायावरचा डाग या सगळ्यांकडे लक्ष न देता मूकपणे पसरत चालला होता. त्याचं निरीक्षण करता करता अनुपमा कोमेजून जात होती; अधिकच हतबल होत होती.

डॉ. रावांची औषधंही ती नियमितपणे घेत होती.

आनंदचं पत्र आलं नाही. पत्त्यात काहीतरी चूक झाली असेल, असा विचार

करून तिनं आणखी एक पत्र लिहिलं. दररोज पत्राची वाट पाहणं सुरूच होतं.

एक दिवस वासण्णानं आपण होऊन 'अनुपमा, तुझं पत्र !'– म्हणत तिला पत्र दिलं.

निराशेतून आशेचा किरण उमटला – नाही, आनंद मला विसरला नाही !... काहीतरी कारणामुळे पत्र उशिरा मिळालं असेल... त्यावेळी तो गावात नसेल. कदाचित पहिलं पत्र मिळालं नसेल, किती केलं तरी आनंद आपल्या जन्माचा जोडीदार...

हातातलं काम अर्धवट टाकून अनुपमानं धाव घेतली. पत्रावरचा पत्ता पाहून ती निराश झाली. हस्ताक्षर सांगत होतं, हे आनंदचं पत्र नाही. मन स्थिरावल्यावर तिनं पत्र नीट पाहिलं ?– सुमनचं पत्र.

सुमीचं लग्न ठरलं होतं. पत्र आणि लग्नपत्रिका तिनं आवर्जून पाठवली होती. हरीप्रसाद नावाच्या माणसाशी तिचं लग्न ठरलं होतं. सुमननं पत्रात आग्रहानं येण्याविषयी लिहिलं होतं.

आपल्या लाडक्या मैत्रिणीचं लग्न ठरल्याचं वाचून क्षणभर तिचं मन आनंदून गेलं; पण पाठोपाठ आनंदचं पत्र आलं नाही, या कटुसत्याला सामोरं जावंच लागलं.

तिनं सुमनच्या लग्नाला जाण्याचा प्रश्नच नव्हता. मागं एकदा सुमनला पाहायला कुणीतरी आलं होतं. नेहमीप्रमाणे ती मैत्रिणीला भेटायला गेली, तेव्हा सुमनची आई म्हणाली होती, 'हिला कशाला आज बोलावलंस नेमकं? तुला बघायला आलेला मुलगा तुला नाकारून तिला पसंत करायचा !...' हे कानावर पडताच दुखावलेली अनुपमा कष्टी होऊन बाहेर पडली होती. अशा प्रकारे अनेकदा तिचं रूप तिचा शत्रू झालं होतं. पण आता ती लग्नाला गेली, तर सगळे तिच्याकडे सहानुभूतीनंच पाहाणार ! सुमनची आईही 'अय्यो पापऽ' म्हटल्याशिवाय राहणार नाही. कदाचित त्या म्हणतील, 'कोड म्हणजे अपशकुन ! अशा शुभप्रसंगी तिला कशाला उगाच बोलावलंस?'

अशा बोचऱ्या वाक्यांचे प्रहार झेलण्याची ताकद अनुपमेच्या अंगी राहिली नव्हती. दोघी मैत्रिणींमध्ये सख्ख्या बहिणींप्रमाणे प्रेम आणि विश्वास असला, तरी सुमीच्या लग्नाला जायची अनुपमाची इच्छा नव्हती. तिनं मनोमन शुभेच्छा दिल्या, 'तू कुठंही राहा सुमी, तुला चांगला जोडीदार मिळू दे! श्रीमंत घराण्याऐवजी समजूतदार माणसं मिळू दे !–'

पाठोपाठ तिचं मन विचारात गढून गेलं– नाही तरी लग्न म्हणजे एक लॉटरीच. कितीतरी जण लॉटरीत भाग घेतात, पण त्यातल्या मोजक्यांनाच बक्षीस मिळतं. अशा वेळी परस्परांचे विचार, आचार, विश्वास– त्याहीपेक्षा

अंत:करणं जुळून येणं, हा केवळ नशिबाचा खेळच म्हटला पाहिजे. आपल्या जीवनात असं काही घडलंच नाही ना ! सुमीच्या आयुष्यात मात्र असं काही घडायला नको ! देवा रे !

देवापुढे मागणं मागता मागता तिनं सुस्कारा सोडला. आज सुमी, उद्या वसुधा, परवा नंदा- सगळ्या एक ना एक दिवस लग्न करून आपापल्या घरी जातील. चारचौघींसारख्या जगतील, मुला–बाळांना जन्म देतील, त्यांना सुख-दु:खामध्ये एक सहकारी मिळेल. पण आपलं आयुष्य? असंच एकरंगी– आणखी कुठलाही रंग नसलेलं, यांत्रिक, स्मशानमौनानं झाकोळलेलं जीवन... यात काहीही बदल होणं शक्य नाही काय? देवा, माझं काय चुकलं? एवढी मोठी शिक्षा मला का? यातून सुटकेचा काहीच मार्ग नाही काय?

पण तिची प्रार्थना देवाच्या कानावर जात नव्हती.

मधूनच शामण्णा आनंदच्या पत्राची चौकशी करत होते. त्यांनी चौकशी केली, की अनुपमाला कुणीतरी छातीत सुरा खुपसत असल्यासारखं वाटत होतं.

आनंदनं का पत्र लिहिलं नसेल? तो त्या पत्त्यावर राहातच नसेल काय? पण तसं असतं तर पत्र माघारी यायला हवं होतं. आनंदचीच प्रकृती बरी नसेल– तोच आजारी असेल तर? त्यानं 'लक्ष्मीनिवास'च्या पत्त्यावर पत्र लिहिलं असेल काय? तिथं येऊन पडलेलं पत्र आईंनी इथं पाठवलं नसेल तर? आपण त्यांना 'आनंदचं पत्र इकडं पाठवून द्या' म्हणून लिहिलं तर कसं?

पाठोपाठ वाटलं, आपण लिहून तरी त्या पाठवतीलच कशावरून? त्या पत्रच मिळालं नाही म्हणून कांगावा करतील. अगदी देवाची-गुरूंची शपथ घेऊन खोटं बोलतील !

अनुपमाला तिच्या लग्नाच्या वेळी मदतीला आलेल्या डॉक्टर देसायांची आठवण झाली. त्यांच्या मध्यस्थीनंच त्या दोघांची ओळख झाली होती. त्यांना आनंदचा पत्ता निश्चित ठाऊक असेल. त्यांची दिल्लीला बदली झाल्याचं तिला ठाऊक होतं. म्हणजे आधी देसायांचा पत्ता मिळवायचा, त्यांना लिहायचं, त्यांच्याकडून आनंदचा पत्ता मिळवून पुन्हा लिहायचं ! किती खटाटोप हा !

नवरा-बायकोमधली कुठलीही गोष्ट घराचा उंबरठा ओलांडून बाहेर जाऊ नये, यावर अनुपमाची पुरेपूर श्रद्धा होती. पण आता नवऱ्याचा पत्ता मिळवण्यासाठी इतरांना लिहायची तिच्यावर पाळी आली होती.

◆ ◆ ◆

अनुपमा देसाई डॉक्टरांच्या पत्राची वाट पाहत होती. एका संध्याकाळी

घरात कुणीच नव्हतं. नेहमीप्रमाणे सावक्का देवाच्या दर्शनाला गेल्या होत्या. नंदा-वसुधा कुणाकडे तरी बारशासाठी गेल्या होत्या. अनुपमाला अशा कार्यक्रमासाठी कुणी कौतुकानं बोलावत नव्हतं. काही जणांच्या मते, तर कोड आलेल्या व्यक्तीनं बाळाला हातही लावू नये. याची कल्पना असल्यामुळे अनुपमाही अशा समारंभांना जात नव्हती. अगदी शेजारच्या घरातला दोन वर्षांचा शिवू आला, तरी पाठोपाठ त्याची आई धावत येऊन त्याला घेऊन जात होती.

घराचा दरवाजा वाजला. अनुपमानं दार उघडलं. दारात दोन पुरुष उभे होते. त्यांनी तिचं नखशिखांत निरीक्षण केलं. त्या नजरांनी ती संकोचून गेली. तरीही तिनं सांगितलं, 'बसा. अप्पा बाहेर गेलेत. एवढ्यात येतील.' तिनं पाण्याचं तांब्या-भांडं बाहेर आणून ठेवलं. त्यांच्यापैकी एक जण पाणी प्यायला. दुसऱ्या माणसानं पुन्हा तिच्याकडे पाहत विचारलं, 'तूच थोरली काय?'

'होय !'

काही न बोलता त्यांनी एकमेकांकडे पाहिलं.

थोड्या वेळात सावक्का आल्या. त्या दोघांना पाहाताच गडबडल्या. गोंधळून आत येऊन तिला विचारू लागल्या, 'त्यांना काय दिलंस? वसुधाच्या सासरची माणसं. सासरा आणि मुलाचा मामा. हे कुठं गेलेत? नंदा, लवकर बोलावून आण बघू त्यांना !'

अनुपमा मुकाट्यानं आतल्या खोलीत सरली. उगाच आपला अपशकुन कशाला?

शामण्णा मास्तर धावत आले. वसुधा स्वयंपाकघरात शिरली.

शामण्णा गडबडीनं म्हणाले, 'काय घेणार? चहा की कॉफी? मीच लग्नाची तारीख ठरवणार होतो– तुम्ही आज इथंच मुक्काम करा.'

वृद्ध गृहस्थांनी खुणेनंच त्यांना थोपवलं. मुलाचे मामा सांगू लागले, 'तेच सांगायला म्हणून मुद्दाम आलोय. घरी थोडी अडचण आहे. गावी गेल्यावर बाकी सविस्तर पत्र लिहितोच. असेच या बाजूला आलो होतो, म्हटलं– जाताजाता भेटून जाऊ या. निघतो, परवानगी द्या !'

पाहुणे फक्त चहा पिऊन निघून गेले. शामण्णा बसस्टँडपर्यंत पोहोचवायला जाऊन आले. सावक्कांची लग्नाची जी तयारी चालली होती, ती बघून अनुपमा चकित झाली होती. तिच्या लग्नाच्या वेळी हिरव्या बांगड्या आणि एक शंभर रुपयांची साडी सोडली तर आणखी काही आणलं नव्हतं. आर्थिक अडचण असल्याचं अनुपमेलाही नवं नव्हतं. पण वसुधेच्या लग्नाच्या संदर्भात मात्र आर्थिक चणचणीचा उल्लेखही होत नव्हता. वेगवेगळ्या प्रकारची स्टीलची भांडी-डबे, सासूला साडी– सगळी गरिबी आपल्याच लग्नापुरती असल्याचं

अनुपमाच्या लक्षात येत होतं.

अनुपमेला या किरकोळ वस्तूंपेक्षा कितीतरी मोलाचा पती लाभला होता. पण आता तोच हातातून निसटला होता. अनुपमेला वाटलं, एवढी अपूर्व वस्तू हातून गमावल्यावर खरं तर असले किरकोळ विचारही आपल्या मनात येता कामा नयेत.

दोन दिवसांनी वासप्पा पोस्टमननं दोन पत्रं आणून दिली. एक अनुपमासाठी होतं आणि दुसरं शामण्णांसाठी. अनुपमासाठी दिल्लीहून देसाई डॉक्टराचं पत्र होतं. गेल्या आठवड्यातच त्यांची इंग्लंडमधल्या आनंदच्या प्रोफेसरांशी भेट झाली होती. त्यांनी आनंदचा पत्ताही कळवला होता. तो पाहून तिला धक्काच बसला. तिला ठाऊक असलेलाच तो पत्ता होता. म्हणजे आपली दोन्ही पत्रं आनंदला पोहोचली असणार, यात शंका नाही.

याचाच दुसरा स्वच्छ अर्थ असा, की आनंदची आपल्याला पत्र लिहायची इच्छा नाही !... हेच क्रूर सत्य आहे !

शामण्णांना पत्र वाचताना डोळ्यांपुढे अंधारी आल्यासारखं वाटलं. ते मटकन बसले. अनुपमानं थंड पाणी आणून त्यांच्या डोक्यावर शिंपडलं. त्यांना हातातल्या पत्रानं धक्का बसला होता.

ते वसुधाच्या सासरचं पत्र होतं, 'तुमच्या थोरल्या मुलीला कोड फुटल्याची आणि तिला तिच्या सासरच्यांनी सोडल्याची बातमी आम्ही ऐकली होती. पण त्यावर विश्वास बसला नव्हता. परवा आम्ही स्वत: येऊन खात्री करून घेतली. त्यामुळे आम्ही तुमच्या दुसऱ्या मुलीला आमची सून म्हणून पत्करू शकणार नाही. तुम्हांला हे कष्टकर वाटेल. पण आमच्या घरी वृद्ध पणजी आहे. खूप सोवळं-ओवळं आहे. ते सारं पाळणं कसं शक्य होईल? नाही तरी लग्न म्हणजे देवानं मारलेल्या गाठी असतात. या दोघांची गाठ देवानं मारली नसावी. त्यामुळे आपण लग्नाची तयारी करू नये–'

कुठल्याही मुलीच्या बापावर हृदयाघाताचा प्रसंग आणणारं पत्र ते ! अनुपमानं अपमानानं मान खाली घातली.

घरात रडणं सुरू झालं. घरात कुणाचातरी मृत्यू झाला असावा, तसं सुतकी वातावरण पसरलं. वसुधा हुंदके देऊन रडत होती. सावक्का संतापानं लालबुंद झाल्या होत्या.

'अप्पा, तुम्ही त्यांच्या घरी जाऊन सांगा, मी निरपराधी आहे म्हणून–' अनुपमेनं सांगितलं. तरीही फरक झाला नाही. तिच्या त्या डागामुळे वसुधाच्या स्वप्नांनाही चूड लागली होती.

त्यातल्या त्यात स्वत:ला सावरून सावक्का म्हणाल्या, 'तुम्ही पाहुण्यांच्या घरी जा. त्यांना सांगा– आमच्या घरी हा रोग कुणालाही नाही म्हणावं. असला तर अनुपमाच्या आईच्या घराण्यात असेल. ती काही वसुधाची सख्खी बहीण नाही, असं सांगून या. हजार खोटं बोलून एक लग्न जुळवावं, म्हणतात !'

आपल्या मृत आईच्या घराण्यात हा रोग आहे असं सांगितलं, तर या बहिणींची लग्नं होतील. आपल्या जीवनाची तर ही परवड झाली. वसुधा आणि नंदाची ही गत व्हायला नको... अनुपमा म्हणाली, 'अप्पा, आई सांगतेय तसंच करा. त्यामुळे तरी लग्न ठरू दे हिचं.'

निराश मनानं शामण्णा घराबाहेर पडले.

ते गावाहून परतेपर्यंत घरात कुणी परस्परांशी बोलत नव्हतं, की चूल पेटली नाही. कुणाचंच मन स्थिर नव्हतं.

शामण्णा खालच्या मानेनं परतले. त्यावरून काय घडलं असेल, त्याचा अंदाज आला. त्यांनी सांगितलं, 'पाहुण्यांनी काहीही ऐकून घेतलं नाही. लग्न मोडू नये म्हणून खोटं बोलताय, आमच्या मुलाला आणखी मुली मिळत नाहीत काय?... याच मोसमात त्याचं लग्न जमवून दाखवतो की नाही बघा !– वगैरे बोलत राहिले.'

अनुपमाच्या डोळ्यात पाणीही आलं नाही. मन उद्विग्न होऊन गेलं.

पण या घटनेमुळे शामण्णा नि:सत्त्व होऊन गेले. ते आणखी वय झाल्यासारखे दिसू लागले.

एवढ्यात त्यांची दुसऱ्या तालुक्यातल्या शाळेत बदली झाल्याची बातमी समजली. तेवढाच परिसराचा बदल होईल, या विचारानं सगळ्यांना थोडं हायसं झालं.

◆ ◆ ◆

शामण्णा मास्तरांचा संसार नव्या गावात स्थिरावला. पण घरातलं वातावरण निरुत्साही होतं. निघताना अनुपमानं वासण्णा पोस्टमनला सांगितलं होतं, 'माझं काही पत्र आलं, तर आमच्या नव्या पत्त्यावर पाठव–'

मनातील आशेचा धागा अत्यंत नाजूक असला, तरी अतिशय चिवट असतो, हेच खरं. सगळी परिस्थिती ठाऊक असताना, परिणामाची संपूर्ण कल्पना असतानाही मनाच्या एका कोपऱ्यात असलेल्या आशेचा धागा अनुपमेनं घट्ट पकडून ठेवला होता. कधी ना कधी आनंदचं पत्र येईल, ह्या आशेपोटी तिनं वासप्पाला तो निरोप सांगितला होता. कोळ्याचं जाळं कुणी झटकून-तोडून टाकलं, तरी कोळी ज्या

चिकाटीनं पुन्हा जाळं विणतो, तसंच अनुपमेचं झालं होतं. सगळीकडून प्रतिकूल परिस्थिती असतानाही ती पुन्हा स्वप्नं विणू पाहत होती.

नव्या गावी गेल्या-गेल्या शिकवणीसाठी मुलं कशी येतील? शिवाय तालुक्याचं गाव असल्यामुळे खर्चही जास्त होत होता. अशा परिस्थितीत घरातलं अनुपमेचं अस्तित्व सावक्कांच्या नजरेला अधिकच खुपू लागलं. शामण्णा घरात नसताना त्या तिला म्हणू लागल्या, 'श्रीमंत सासर आहे, तुझ्या खर्चासाठी त्यांच्याकडून पैसे तरी मागून घे ! आम्ही काय संस्थानिक लागून गेलोय इथं? नाहीतर ते काय म्हणतील ते ऐकत सासरीच पडून राहावं बाईच्या जातीनं ! आम्हांला किती त्रास हा ! रस्त्यानं जाणाऱ्या मारम्माला घरात बोलावून घ्यावं, तसं झालंय !...

अनुपमाला हे शक्य नव्हतं. सावक्कांच्या दृष्टीनं अनुपमेवर होणारा अन्नखर्च आणि इतर खर्च म्हणजे व्यर्थ उधळमाधळ होती. ती दिवस-रात्र घरात राबत होती, त्याचीही त्यांना किंमत नव्हती.

अनुपमानं वडिलांना सांगितलं, 'अप्पा, मी घरात बसून तरी काय करू? इथं शिकवण्या घेईन, नोकरीसाठी प्रयत्न करेन. तुम्हीही चारचौघांना सांगून ठेवा.'

आजवर अनुपमानं कुणावरही भार न टाकता स्वतःचं शिक्षण केलं होतं– आता तिचं अस्तित्व तिला शिशासारखं भारी वाटू लागलं. वेलीला फळाचं ओझं होत नाही, अशी म्हण आहे, पण एका वेलीला दुसऱ्या वेलीच्या फळाचं ओझं होतंच ना !

हायस्कूलमध्ये नोकरी मिळवण्यासाठी बी. एड. होणं आवश्यक होतं. लगोलग ते करणं, अनुपमाला कुठल्याही अर्थानं शक्य नव्हतं. एक वर्ष घरातच शिकवण्या घेऊन पुढच्या वर्षी बी. एड. करायचं तिनं ठरवलं.

अनुपमाला कॉलेजमधले दिवस आठवायचे. मनात यायचं– देवा, हा रोग लग्नाआधीच झाला असता तर किती बरं झालं असतं! आनंदनं आपल्यावर प्रेमच केलं नसतं, लग्नही झालं नसतं. उलट तेच शिक्षण पुढं घेऊन स्वतःच्या पायावर अवलंबून तरी राहता आलं असतं. लग्नानंतर आनंदबरोबर स्वर्गसुखात आकंठ डुंबल्यानंतर आता अशा प्रकारे कडेलोट होण्यामुळे झालेलं दुःख तरी आपल्या वाट्याला आलं नसतं. लग्नानंतर हा रोग झाल्यामुळे आपली अवस्था इतकी दयनीय झाली आहे ! आपलं शिक्षणही निरुपयोगी होऊन गेलंय ! देवा, एवढा निष्ठूर का झालास?–

कॉलेजमध्ये असताना रंगमंचावर कुठल्याही प्रकारचं दुःखांत नाटक सादर करण्याला तिचा विरोध असे. सुमीशी गप्पा मारताना ती म्हणायची, 'जीवन म्हणजे उल्हास, उत्साह ! मला दुःखांत नाटक मुळीच करायला आवडत नाही– कशाला उगाच प्रेक्षकांच्या डोळ्यांत पाणी आणायचं?' पण प्रत्यक्षात मात्र प्रेम-

विश्वासाऐवजी दुःख-वेदनाच तिच्या वाट्याला आल्या होत्या. शिवाय या दुःखपूर्ण जीवनाचा अंत केव्हा, हेही ठाऊक नव्हतं.

सुमनचं लग्न होऊन ती मुंबईला स्थायिक झाली होती. कुणीतरी तिला अनुपमेविषयी सांगितलं होतं. अनुपमेचा स्वभाव पूर्णपणे ठाऊक असल्यामुळे तिला अनुपमेची आज परिस्थिती काय असेल याची कल्पना आली. अनुपमेच्या लग्नाच्या वेळी तिला वाटलं होतं, किती नशीबवान आहे अनुपमा ! कुणाला कणभरही त्रास न देता किती पटकन आणि छान स्थळ मिळालं हिला ! आता सारं समजल्यावर वाटलं, अनुला हा रोग का व्हावा? तोही लग्न झाल्यानंतर?

तिनं अनुपमाला चार सांत्वनाच्या ओळी लिहिल्या आणि शेवटी लिहिलं, 'केवळ औपचारिकपणे लिहिते, असं समजू नकोस. तुझ्याविषयीचं प्रेम आणि काळजीपोटी लिहितेय, हे लक्षात घे. तुला तिथल्या वातावरणाचा कंटाळा आला, तर जरूर इथं ये. मीही इथं नोकरी करते. तुलाही इथं लगेच एखादी नोकरी मिळू शकेल. खेड्यात राहून तेच तेच बोलत, ऐकत डोकं पिकवून घेण्याऐवजी पुढच्या जीवनाचा विचार कर. मी त्यांच्याशीही तुझ्याविषयी बोलले आहे. त्यांच्या संमतीनंच हे पत्र लिहीत आहे. तू बुद्धिमती आहेस. तुला मी आणखी काय लिहू? परिस्थितीला सामोरी जा. संयम गमावू नकोस.'

संयम गमावू नकोस, म्हणून परम मैत्रिणीनं स्नेहापोटी लिहिलं असलं, तरी अनुपमेला ते दिवसेंदिवस कठीण होत होतं. सगळीकडून परिस्थिती गळ्याशी येत असताना मनाचं संतुलन राखणं अनुपमेला कठीण जात होतं.

संध्याकाळी घरकाम करणारी सावंत्री आली. तिनं सांगितलं, 'बाई, तुम्हांला एक सांगते ऐका.'

'काय?'

'आमची देवी लई जागृत हाय ! काय बी मागितलं, तरी न्हाय म्हणत न्हाय ती ! कसले कसले रोग झाले, तरी मान्सं पुन्ना उठून व्हागासारखी होत्यात. तिला एकवार साकडं घाला-'

'सगळ्या देवांना विनवून झालंय सावंत्री !'

'मी कुटं न्हाय म्हणते? पण, आमच्या देवीचं भारी बळ हाय ! साधी पांढरी अनंताची फुलं नेमानं देवीला वाह्यली, की आजार कसा पळून जातोय बगा ! माझं ऐका, आधी ! गुण आल्यावर हक्कानं लुगडं मागून घेईन तुमच्याकडनं !'

'बघू नंतर !'– एवढं बोलून अनुपमा गप्प बसली. कामवाली सावंत्रीही आता तिला सल्ला देऊ लागली होती ! खड्ड्यात पडलेल्या हत्तीवर कुणीही दगड मारावा, तशी तिची गत झाली होती.

आत शामण्णा आणि सावक्का बोलत होते,

'वसुधेसाठी दुसरा मुलगा शोधणार की नाही? की काळजी करत नुसतेच कपाळाला हात लावून बसून राहाणार?'

'मी कुठं नाही म्हणतोय? पण कुठंही चौकशी करायला गेलं, की नको म्हणतात–'

'दाखवायच्या आधीच नकार देतात? काहीतरी सांगू नका. तुम्ही नीट प्रयत्न करा.'

'तुला काय वाटतं– मी प्रयत्न करत नाही? कालच नायकांच्या घरी गेलो होतो. त्यांनी सरळच सांगितलं, तुमच्या थोरल्या मुलीचं ठाऊक आहे, तुमच्या घरची मुलगी आम्हांला करायची नाही, म्हणून ! मोरबांकडे गेलो होतो, त्यांनीही हेच सांगितलं– शब्द तेवढे वेगळे !'

'तुमच्या अनुपमामुळे हे सगळं चाललंय !' सावक्का वैतागून म्हणाल्या.

शामण्णाही दुखावून उद्‌गारले, 'कशाला या मुली पोटी जन्माला येतात देव जाणे ! मागच्या जन्मीचा शाप म्हणून, नाही तर काय! कसं होईल आता?... पेन्शनचे दिवस जवळ यायला लागलेत. या तिघीही अजून उरावर तशाच आहेत !'

सारं ऐकून अनुपमाला गरगरल्यासारखं झालं. शामण्णा पुढं म्हणाले,

'अनु घरी आल्यापासून मुलींची लग्नं म्हणजे मणामणाची ओझी झाली आहेत.'

सगळ्या आशा वठून गेल्या असल्या, तरी ही एक आशा तिच्या मनाला चिकटली होती– वडिलांचं बोलणं ऐकताना तोही मोह गळून गेला. सावंत्री सांगत असलेल्या देवीची उपासना केली, तर काहीतरी चमत्कार होईल आणि या साऱ्या भोवऱ्यातून सुटका होईल, असं तिला वाटू लागलं. परिस्थितीच्या झंझावातात कदाचित ही देवीच आपल्याला पैलतीर दाखवेल, असं तिला वाटू लागलं. आपल्या प्रत्यक्ष जन्मदात्याला आपलं अस्तित्व शापासारखं वाटतं, हे ऐकून अनुपमेचं अंत:करण रक्तबंबाळ झालं होतं. वडिलांचे ते शब्द ऐकताना तिलाही– धरती दुभंगून आपल्याला पोटात घेईल तर बरं ! असं वाटलं, पण ती काही भू-कन्या सीता नव्हती असा चमत्कार घडायला !

देवा, या क्षणी मला मरण दे आणि अप्पांचं जीवन फुलांनी भरलेलं राहू दे, नंदा-वसुधाची लग्नं हसत-खेळत होऊन जाऊ देत.

सावंत्रीनं सांगितलं, गावाबाहेरच्या आपल्या देवीला रोज शंभर याप्रमाणे शंभर दिवस अनंताची फुलं वाहिली, की हा रोग निश्चित बरा होईल. अनुपमाला आता तेवढीच आशा होती. या आधीही अनेक पूजा, जप-जाप्य आणि नवस करून निरुपयोगी ठरले होते. या रोगापासून मुक्तता व्हावी म्हणून कुणी कुणी

दाखवलेल्या दगडांना तिनं पूजलं होतं. सुब्रह्मण्यला नवस बोलून झाला होता, शृंगेरीच्या शारदेला दानधर्म केला होता, मंत्रालयाच्या राघवेंद्र स्वामींना प्रदक्षिणा घालून झाल्या होत्या, मैलार लिंगाला अभिषेक करून झाला होता, सिद्धारूढ मठाला– एक ना दोन ! शेकडो नियम, कठोर व्रतं, ताईत, कषाय-काढे, आयुर्वेदाची भुकटी, देशी–विदेशी–गावठी अनेक औषधं घेऊन झाली होती.

शेवटचा उपाय म्हणून अनुपमा सावंत्रीनं सांगितलेला उपाय श्रद्धेनं करत होती. पहाटे अंघोळ करून फुलं घेऊन गावाबाहेरच्या देवीच्या दर्शनाला जात होती. पंचावन्न-साठ पायऱ्या चढून गेल्यावर देवीचं छोटंसं देऊळ होतं. देवीच्या बाजूला दरी होती. तिथूनच प्रदक्षिणेचा रस्ता होता. सूर्योदयाच्या वेळी देवीला अकरा प्रदक्षिणा घालून फुलं देवीच्या पावलांवर वाहायची, देवीला मनापासून विनवायचं, साकडं घालायचं आणि घरी परतायचं, असा तिचा दिनक्रम सुरू झाला.

पहाटे अनुपमा केसांमधल्या जटा हलक्या हातानं सोडवत होती. हतबुद्ध वडील, संतापानं खदखदणारी सावत्र आई, हिच्यामुळे आपलं लग्न होत नाही, या भावनेनं चिडचिड करणारी वसुधा, हिच्यामुळे आपलं भविष्य अंधकारमय आहे, या भावनेनं तिरस्काराची नजर येताजाता टाकणारी नंदा– नुसत्या विचारानंही अनुपमेला उकळत्या तेलाच्या कढईत बसल्यासारखं वाटत होतं. त्याच विचाराच्या तंद्रीत तिनं आरशात पाहून कुंकू लावण्यासाठी हात वर केला. आरशातलं तिचं प्रतिबिंब रूक्ष आणि निराशेनं भरलं होतं. हाताच्या कोपऱ्यावरचा नवा पांढरा डाग आरशात उठून दिसत होता !

काही क्षण अनुपमा दगडाप्रमाणे अविचल उभी राहिली. पहाटेच्या थंडीत अंगावर थंड पाण्याची घागर कुणीतरी अचानक उपडी करावी, तशी तिची अवस्था झाली. निराशेचा महापूर अंगावर चाल करून आला. कुंकू लावण्यासाठी उंचावलेला हात तिथंच राहिला. तिनं पुन्हा पुन्हा नवा डाग निरखून पाहिला.

होय ! लपवता येणार नाही, अशा प्रकारे नवा पांढरा कोडाचा डाग स्पष्टपणे आपलं अस्तित्व दाखवत होता.

म्हणजे यानंतर कधीही हा डाग, हा रोग कमी होणार नाही ! यानंतर कदाचित तो वाढत-वाढत जाईल आणि आपला सारा देह व्यापून राहील. यानंतर कधीतरी सासरचा दरवाजा आपल्यासाठी उघडेल, अशी अपेक्षा ठेवण्यात आता काहीही अर्थ नाही. यात काहीही काल्पनिक नव्हतं. तिच्या भविष्याचा विध्वंस करणारा डाग समोर होता. मनातला शेवटचा अज्ञात आशेचा तंतूही निर्घृणपणे तोडून टाकणारा पांढरा कोडाचा डाग मूकपणे पसरत होता.

आता देवीला साकडं घालून तरी काय साधणार आहे? कुठली जागृत देवी

मला यातून सोडवणार आहे? यानंतर या पांढऱ्या शापापासून जीवनात कधीही सुटका होणं शक्य नाही–

दुःखावेगानं तिचे डोळे भरून आले. निराशेच्या अतिरेकानं संयमाचा बांध फोडून रडू कोसळलं. आपलं लाचार रडणं कुणी ऐकू नये, म्हणून तिनं पदराचा बोळा तोंडात कोंबला. तरीही हुंदक्यांमुळे तिचा सारा देह हिंदकळत होता. एवढ्यात न्हाणीघरात सावक्कांची चाहूल लागली. त्यांच्यापुढे रडण्यापेक्षा देवळात मोकळेपणानं रडता येईल, असा विचार करून ती घराबाहेर पडली.

रोजच्या वेळेआधी ती निघाल्यामुळे आज ती वाटेत एकटीच होती. दररोज मनाला वाटणारी आशा मृतप्राय झाल्यामुळे आज तिला गळून गेल्यासारखं वाटत होतं. शिवाय आज तिचं कुठं लक्षही नव्हतं.

समोर कुणीतरी दोन बायका चालल्या होत्या. रेव्हिन्यू डिपार्टमेंटच्या तहसीलदारांच्या घरातून त्या बाहेर पडल्या होत्या. त्या कुणाशी अनुपमाचा परिचय नव्हता. अजून नीट उजाडलं नव्हतं. अस्पष्ट उजेड आणि धुक्यामुळे नीटसं दिसत नव्हतं. अनुपमा डोक्यावरून पदर घेऊन चालू लागली. त्या दोघींचं संभाषण तिला स्पष्टपणे ऐकू येत होतं.

'शारदा, तू का बरं या देवीची पूजा करतेस?' त्या दोघींपैकी एकीनं दुसरीला विचारलं.

'इंद्रक्का, माझ्या यजमानांना नोकरीमध्ये त्रास झालाय म्हणे. इथले साहेब फार कडक आहेत म्हणे. कुठंतरी चांगल्या ठिकाणी बदली व्हावी, म्हणून पूजा सुरू केली. फार कडक देवी आहे म्हणे ही ! मी तर देवीला हिरवी साडी नेसवायचं बोललेय !'

'कुठलं गाव असलं म्हणून काय बिघडलं? पगार देतात ना?'

'तुम्हांला नाही ते कळायचं इंद्रक्का ! या गावात वरची कमाई अगदी कमी मिळते. आम्ही मुलंबाळं असलेली संसारी माणसं! फक्त पगारात कसं भागायचं?'

त्याही स्थितीत अनुपमेला निराशेनं हसू आलं. म्हणजे ही देवी बरीच कामं करते तर ! कोड कमी करणं, बदली घडवून आणणं, मुलं नसतील त्यांना मुलं देणं– त्यातही मुलगा देणं, मुलांची लग्नं जमवणं– डोंगरावर एकटी उभी असलेली ही देवी सगळ्यांचं समाधान करते तर !

अनुपमा त्यांना ओलांडून पुढं जाऊन पायऱ्या चढू लागली. त्याही दोघी तिच्या पाठोपाठ पायऱ्या चढू लागल्या. त्यांचं संभाषण पुढं चाललं होतं.

'पण इंद्रक्का, लग्न कसं झालं ते नाही सांगितलं तुम्ही?'

'शारदा, राधक्काच्या घरचं लग्न म्हटल्यावर काय विचारता ! इंद्राचं वैभवच ते ! दोन डोळे पुरत नाहीत ते बघायला ! त्यात हे त्यांच्या घरातलं शेवटचं

लग्न. सोन्याच्या पुतळीसारखी देखणी मुलगी. मुलगा तर इतका देखणा, की हात धुऊन शिवायला पाहिजे त्याला– नाही तर मळायचा कुठं तरी ! कुठल्या तरी कंपनीचा जनरल मॅनेजर आहे म्हणे. एकमेकाला साजेशी जोडी ! गिरिजा तर साक्षात लक्ष्मीसारखी दिसत होती. तरीही...'

'का? काय झालं? एवढं ऐश्वर्य आहे म्हणून सांगत होता ते?'

'काय सांगायचं? देव पण असा आहे– प्रत्येकाला काही ना काही कमतरता ठेवतोच. नाही तर माणसं तरी देवाची का आठवण काढतील? खरं की नाही? त्यांच्या मुलाची– आनंदची हकीकत ऐका–'

अनुपमाचे काम टवकारले. एवढा वेळ राधक्का, गिरिजा वगैरे नावं ऐकून मनातलं कुतूहल चाळवलं होतं; आता मात्र खात्री झाली.

'डॉक्टर मुलगा. इंग्लंडला की कुठंतरी परदेशी राहातो. त्याला एक अगदी गरिबाघरची मुलगी आवडली, म्हणून तिच्याशी लग्न लावून दिलं. तीही दिसायला गिरिजासारखीच देखणी होती... पण मुलीला बापानं काहीही दिलं नाही म्हणे. नारळ-मुलगी घ्यायला तयार झाले, म्हणून काय खरोखरच नारळ आणि मुलगी द्यायची?'

'मुलाला मुलगी आवडली म्हटल्यावर मुलीकडचेही फायदा घेणारच की !'

'होय. त्यात तिला सावत्र आई आहे म्हणे. ती बरी काही देऊ देईल ! स्वतःच्या पोटची मुलगी असती, तर मुलानं नको म्हटलं तरी हौसेनं काहीतरी दिलं असतं.'

'पोरकी पोर ! बिचारी !'

'एवढंच नव्हे... पुढचं तर ऐका– मुलीला कोड होतं म्हणे ! लपवून लग्न लावून दिलंय. आमच्या राधक्काचं सोवळं-ओवळं काय विचारता ! ती कशी असली फसवणूक सहन करेल? तिनं सुनेला माहेरी पाठवून दिलं. आता दुसरी मुलगी शोधताहेत आनंदसाठी !'

अनुपमाला बसलेला धक्का साधा नव्हता. ही शक्यता तिच्या कल्पनेपलीकडची होती. परंतु पुढे चालणाऱ्या अनुपमेविषयी काहीच कल्पना नसल्यामुळे त्या दोघींचं बोलणं सुरूच होतं.

'अय्यो ! पण मुलानं ते मान्य केलं पाहिजे ना ! त्यात प्रेमविवाह म्हणालात ना?'

'तो तरी मान्य न करून काय करेल हो? फसवून लग्न केलं, तर तोही गप्प बसणार नाही. दुसरं म्हणजे, त्याची तयारी नसताना राधक्का दुसऱ्या लग्नाची तयारी कशी करेल? एकदा अपरिचित घरातली मुलगी करून घेऊन राधक्काचा हात पोळलाय ! आता जवळपासची नात्यातली किंवा ओळखीची मुलगी करायची म्हणत होती.'

'तुमच्या राधक्का कशा आहेत?'

'काही काढण्यासारखं नाही. थोडा श्रीमंतीचा गर्व आहे, पण ते स्वाभाविकच नाही काय ! पिढ्यान्‌पिढ्यांची श्रीमंती आहे. नेमनियम मात्र फार पाळते. गोपालराय जिवंत होते, तेव्हा मठाचे स्वामी त्यांच्याकडे चातुर्मासभर राहायचे म्हणे ! म्हणजे बघ केवढं सोवळं-ओवळं असेल ते ! स्वामींचा खर्च करणं सामान्य माणसाला शक्य आहे काय? चातुर्मासाचा खर्चच एक लाख रुपये येतो. आताही रोज त्यांच्या घरी काही ना काही चाललेलं असतंच. अशा घरात कोड आलेली सून कशी चालेल?'

'खरंय तुमचं!'

'राधक्का बिचारी एवढा त्रास करून घेते म्हणून सांगू ! कुठल्या जन्मीचं पाप– म्हणून माझ्या पुढ्यात रडत होती.'

अनुपमा जड अंत:करणानं बोलणं ऐकत होती. क्षणभर वाटलं, या इंद्रक्काला वाटेत अडवून सांगावं– माझ्या वडिलांनी फसवणूक केली नाही, लग्नाआधी हा डाग नव्हता... आम्ही गरीब असू, पण फसवणूक करणारे नाही, का उगाच खोट्या कंड्या पिकवता? पण आपलं हे वागणं अव्यवहारिक ठरेल, असं वाटून तिनं स्वत:ला आवर घातला.

गप्पा पुढं चालल्या होत्या. या बोलण्याला अंत आहे की नाही, या विचारानं उद्विग्न झालेली अनुपमा अपरिहार्यपणे पुढचं ऐकू लागली.

'पण मी म्हणते इंद्रक्का, राधक्कांची थोरली सून दुसऱ्या लग्नात त्रास नाही का द्यायची? तिच्या माहेरचे बरे गप्प बसतील?'

'शारदा, तुला व्यवहार कळत नाही बघ ! गरीब घरातली मुलगी आणि त्यात सावत्र आई. ना पैशाचं बळ, ना माणसांचं. अशा परिस्थितीत कोण येणार आहे दुसरं लग्न अडवायला? आणि तसा काही प्रसंग आलाच, तर राधक्का पोटगी फेकेल तिच्या तोंडावर !'

'तेही खरंच म्हणा ! म्हणतात ना, एकदा नवऱ्याला नको असली, की घरच्या वरवंट्यालाही नको !–'

दोघीही गप्प बसल्या. काही क्षणच.

'शारदा, तुला ठाऊक आहे काय एखादी चांगली मुलगी?'

'नाही बाई ! किती झालं तरी बिजवराचं स्थळ. आमच्या वेळी वडील बोट दाखवतील त्या मुलाच्या गळ्यात आम्ही माळ घातली. आता तसं कुठं राहिलंय? मुलीही शिकलेल्या असतात. दुसरं म्हणजे एवढ्या श्रीमंतांचा सहवासच नको आम्हांला ! आमच्या कुवतीतलं एखादं स्थळ असेल तर सांगा.'

'लग्नाला आनंद आला होता. मीही पाहिलं त्याला. वाईट वाटलं बघ ! सोन्यासारखा मुलगा– पण त्याचंही दुर्दैवच म्हणायचं की !'

आता अनुपमाच्या पायातली शक्तीच निघून गेली होती. ती तिथंच एका

पायरीवर बसून राहिली– आनंद भारतात आला होता आणि मला न भेटता निघून गेला? त्यानंही 'आपली फसवणूक झाली' असंच मानलं? म्हणजे हे प्रेम-प्रीती-लग्न- नवरा-बायको यांपैकी कशालाच काही अर्थ नाही? सगळंच अस्थिर आहे?

मागं एकदा सफरचंद कापताना त्याच्या बोटाला चाकू लागून रक्त आलं होतं. त्यावेळी आनंद म्हणाला होता, 'अनु, माझ्या रक्तात हिमोग्लोबिन नसतं– अनुपमा नावाचा पदार्थ असतो !'

म्हणजे तो जे जे बोलला, ते सगळं नाटक म्हणायचं? नाटकात एखादं पात्र रंगवताना ती इतकी समरस होऊन जायची, की भाषा कोणतीही असो, ती ते पात्रच होऊन जायची. त्यामुळेच तिचा अभिनय सजीव वाटायचा. नाटक संपून काही दिवस गेले, तरी तिला नाटकातले संवाद जसेच्या तसे पाठ असायचे. मग ती उदयनची वासवदत्ता असो, सलीमची नूरजहान, पृथ्वीराजची संयुक्ता– कुणाचेही संवाद उच्चारताना तिच्या खोल हृदयातून उमटल्यासारखे वाटत. ती स्वत: त्या शब्दांशी एवढी निष्ठ असायची. उलट एकाही नाटकात अभिनय न केलेल्या आनंदनं प्रत्यक्ष जीवनात आपल्याशी एवढ्या नाटकीपणानं वागावं, याचं तिला दु:ख झालं.

अनुपमा उठून चालू लागली.

स्वत: आनंद डॉक्टर आहे. त्याला कोडाविषयी आणखी कुणी सांगायची गरज नव्हती. सारासार विचार करण्याची शक्ती असलेला बुद्धिमान तरुण. तरीही तो असा का वागला? हाच आजार त्याच्या बहिणीला झाला असता तर? त्यालाच झाला असता तर? उत्तर सोपं होतं– त्यांना कोड आलेलं नाही, त्यामुळे हा आजार झालेल्यांच्या मनातलं दु:ख, वेदना, निराशा यांची कल्पनाही त्याला येणार नाही. भरल्या पोटी उपाशी असल्याचं दु:ख कसं समजणार?

कदाचित इतर कुणाला तरी हाच रोग झाला असता, तर तो कदाचित त्यांच्याशी डॉक्टरसारखा नीटही वागला असता. पण स्वत:च्याच पत्नीला तो झाल्यामुळे आणि दोघांचं भविष्य एकमेकांत गुंतलेलं असल्यामुळे तो या जंजाळापासून सुटका करून घेण्याच्या प्रयत्नात असेल.

आपल्या या समाजात त्याचं आणखी एक लग्न होणंही सहज शक्य आहे. शिवाय ही श्रीमंत माणसं 'आमची फसवणूक झाली', असा आरडाओरडा करून सगळ्यांना फसवतील ! आनंद याविषयी खरी साक्ष देणं शक्य आहे. पण हा एकमात्र साक्षीदारही पाठ फिरवून उभा राहिला आहे! परिणामी निरपराधी अनुपमा देवीच्या वाटेवर अपराध्यासारखी उभी होती. ती देवीही तिच्या बाजूनं काही साक्ष न देता दगड होऊन उभी होती !

अनुपमा यांत्रिकपणे समोरच्या पायऱ्या तुडवत होती.

शारदा आणि इंद्रक्का निघून जाऊन किती वेळ झाला होता, कोण जाणे ! सूर्योदय होत होता. त्याच्या किरणांमुळे धुकं वितळत होतं. समोरच्या पायऱ्या संपलेल्या जागी देवीचं देऊळ दिसत होतं. पण अनुपमेचं जीवन कुठल्या मार्गानं पुढं जाणार, हे कळत नव्हतं...

अनुपमेला रडू कोसळलं. ती हुंदके देऊन रडू लागली. जन्मदात्या आईच्या प्रेमाची छाया नाही; जन्मदात्याला जीवनाविषयी आत्मविश्वास नाही, आणि थोरल्या मुलीविषयी कितीही प्रेम आणि ममता वाटली, तरी व्यक्त करता येऊ नये, अशी त्यांची असहाय परिस्थिती. सावत्र आईचं प्रेम! तिला तर आपल्या मुलींचीच काळजी. ती कुठून थोरल्या मुलीकडे लक्ष देणार? सावत्र आईनं सवतीच्या मुलीवर प्रेम करणं, म्हणजे कावळ्याचा रंग पांढरा आहे, असं म्हटल्यासारखंच !

'आपल्या गोरेपणाचा फार अभिमान होता ना ! देवानं बरी खोड मोडली !'

'गोऱ्या कातडीला भुललं तर असंच होणार !'

असं बोलणाऱ्या सावत्र आईकडून कुठल्याही प्रकारच्या बऱ्या वागण्या-बोलण्याची अपेक्षा करणं, म्हणजे आपला मूर्खपणा म्हटलं पाहिजे.

ज्याच्यावर आपण साऱ्या आयुष्याचा भार टाकला, त्या आनंदनंच पाठ फिरवल्यावर कुठल्या आधारानं बाकीचं जीवन कंठायचं?

ती देवळापाशी जाऊन पोहोचली. पहिली प्रदक्षिणा घालत असताना तिचं खालच्या दरीकडे लक्ष गेलं. रोजचंच दृश्य. कुणा भक्तानं दरीत पाय घसरून पडू नये, म्हणून एक छोटा कठडा बांधला होता. पलीकडे दरी. होय ! कठड्यावरून उडी घेतली, की दरीत सहज देह जाऊन पडेल.

एखादा नवा भू-प्रदेश पाहावा, तसं अनुपमेनं तो कठडा आणि त्या दरीचं निरीक्षण केलं. खाली दगड-खडक दिसताहेत. हाडांचे तुकडे सापडणंही शक्य नाही, अशी कराल दरी ! साऱ्या अडचणींवर मात आणि मनस्तापावरचा साधा उपाय ! मग कुणाच्या पत्राची वाट बघायची गरज नाही, कुणाविषयी राग नको, कुणावर दोषारोप नको, मन शांत होऊन जाईल...!

तिनं पुन्हा दरीत डोकावून पाहिलं. या नव्या विचाराचं तिला जबरदस्त आकर्षण वाटलं. केवळ एकदा धैर्य एकवटून इथून देह लोटून दिला, की संपलं! किती सोपं उत्तर सगळ्या जीवघेण्या प्रश्नांवर!

मग मात्र नक्कीच हलकल्लोळ उडेल. अप्पांना वाईट वाटेल. आनंदला?... या सावत्र आईला?... राधक्कांना?...

लोक काय म्हणतील?...

'अय्यो ! कोड फुटलं होतं, म्हणून जीव दिला !'

'नाही, पाय घसरून पडली–'

'छे, हो! नवऱ्यानं तिला टाकली होती, म्हणून तिनं उडी मारली... त्याचं दुसरं लग्न ठरलं होतं म्हणून तर–'

'मला तरी वेगळंच वाटतंय! लहान वय, नवऱ्यानं टाकलेली. काहीतरी गडबड झाली असेल– काळं तोंड कुणाला दाखवायचं, म्हणून दिला असेल जीव!–'

एकदा आपला जीव गेल्यावर कोण काय बोललं याचा का विचार करायचा? पण मृत्यूनंतरही आपल्यावरचा कलंक तसाच राहणार!

आपल्या मृत्यूनंतर थोड्या दिवसात अप्पांचं दुःखंही कमी होईल. तो मानवाचा सहजस्वभाव नाही काय? इतर कुणालाही त्याचं कणभरही दुःख होणार नाही, हे नक्की. हो, सुमीला समजेल, तेव्हा तिला मात्र वाईट वाटेल– पण तेही एका मर्यादेपर्यंतच.

दरीच्या काठावर अनुपमा घामानं चिंब झाली. समोर मृत्युदेवता साद घालत होती. दोन पावलं...! लवकर...! एवढ्यात माणसांचा वावर सुरू होईल–

मरण अत्यंत सुलभ आहे, आपण केव्हाही मरू शकू!... या विचारानं अनुपमा मागं सरली.

जीवनातली कुठली शक्ती आपल्याला मागं खेचत आहे?

तिला गिरिजाची आठवण झाली. पाठोपाठ न कळत संतापही आला. तिचं गुपित आपण जाणलं, म्हणून तिनं आपल्याला घराबाहेर काढण्यासाठी आपल्या आईला विशेष प्रेरणा दिली होती. तिनं आपली बाजू घेतली असती, तरी परिस्थितीत फरक पडणं शक्य होतं. तिच्या चारित्र्यहीनतेला काहीच पुरावा नव्हता. पण आपल्या 'हीनपणा'ला पांढरा डाग साक्ष बनला होता. केवळ रूप आणि पैशाच्या जोरावर ती व्यावहारिक जगात यशस्वी ठरली होती. आपलं कलंकित जीवन जगापासून लपवून ठेवून ती गौरीची साग्रसंगीत पूजा करून सुखानं राहात होती! वर 'पतिव्रता' म्हणवून घेत होती. उलट या एका पांढऱ्या डागानं आपले सगळे सद्गुण मातीमोल ठरवले होते!

तिनं स्वतःलाच विचारलं, कुठल्या बाबतीत मी गिरिजापेक्षा कमी आहे? बुद्धी, रूप, गुण, चारित्र्य– प्रत्येक बाबतीत मी तिच्यापेक्षा सरस आहे. पण प्रत्यक्ष जीवनात मात्र दोघींमध्ये किती प्रचंड अंतर पडलंय!

काहीही असलं, तरी आपण गिरिजापेक्षा निश्चित सरस आहोत! आनंद तर गिरिजेपेक्षाही क्षुद्र निघाला. हा आईला घाबरला असेल किंवा उद्या कोड शरीरभर पसरलं, तर सगळे 'आनंदची बायको कोडी आहे' म्हणतील, म्हणून गप्प बसला आहे. कदाचित सौंदर्यप्रिय आनंदला कुरूप पत्नीची कल्पना करणंही अशक्य

वाटत असेल. कारण काहीही असो, खोट्याचा आधार घेऊन स्वत:ची जबाबदारी टाळणारा असला नवरा असून-नसून काय उपयोग? त्याच्या मनात आपल्याविषयी खरं प्रेम नाही. विवाहाच्या निमित्तानं ज्या नात्यात तो बद्ध झाला आहे, त्या नात्याचं गांभीर्य त्याला नाही, आलेल्या कठीण प्रसंगाला तोंड देण्याइतकं धैर्य त्याच्या अंगात नाही– असा हा आनंद! आपला नवरा! असा हा डॉक्टर! डॉक्टर म्हणूनही त्याला, हिच्या आजारावर उपचार करून पाहू या– असं वाटलं नाही! उलट भेकडासारखा पत्राला उत्तर न देता तोंड लपवून बसलाय. दुसऱ्या लग्नाची तयारी करतोय! हेच प्रेम म्हणायचं काय? कसलं प्रेम हे!

त्यावेळी हाच आनंद सांगायचा, 'अनुपमा, ख्रिश्चनांच्या लग्नामध्ये– मृत्यूपर्यंत विलग होणार नाही, म्हणून शपथ घेतली जाते, मीही कधीच तुला सोडणार नाही!' मृत्यू दूरच राहिला– केवळ एका पांढऱ्या डागानं त्या दोघांना एकमेकांपासून दूर केलं होतं. शेकडो– नव्हे हजारो लोकांच्या साक्षीनं जिचा हात धरला, तिला आनंद पार विसरून गेला. कठीण प्रसंगी पत्नीला आधार देण्यासाठीच देवानं पुरुषाला बलिष्ठ बाहू आणि सिंहासारखी छाती दिली ना?

मागं कुठल्यातरी नाटकाच्या संदर्भात पाठ केलेले संवाद तिला आठवले– 'अबला, निर्बल, दु:खी माणसांना सहाय करण्यासाठी देवानं पुरुषाला हा वर दिला आहे!'

मदनासारखं रूप असून काय उपयोग? ती कठीण प्रसंगात तळमळत असताना त्यानं तिला मदत केली नाही... प्रत्यक्ष काही करणं राहू दे, एक पत्रही लिहायचं धाडस दाखवलं नाही त्यानं!

एखाद्या अपरिचितासारखा वागला तो! अशा कठीण प्रसंगीच माणसाची खरी परीक्षा होत असते ना? आनंदचं खरं रूप या निमित्तानं समोर आलं होतं.

समोरच्या दरीत उडी मारली, तर मृत्यू निश्चित येईल काय? पाय मोडला, लुळं-पांगळं होऊन जिवंत राहायची वेळ आली तर? परावलंबी होऊन जगणं या जीवनापेक्षा किती तरी पटीनं कठीण!

जीव गेला तरी इथं आपलं प्रेत कोल्ही-कुत्री खातील आणि यासाठी कारणीभूत असणारे तिथं सुखानं मिष्टान्न खात जगतील! आपल्या मृत्यूमुळे वसुधा-नंदाची लग्नंही सुरळीतपणे होतील, असं नाही. आपण मरून गेलो, तरी यांच्या बहिणीला कोड होतं, या आरोपातून मुक्ती मिळणारच नाही.

त्यापेक्षा त्यांच्यापासून दूर राहून त्यांच्या दृष्टीनं मेल्याप्रमाणे राहिलं तर?

काही क्षण या विचारावर दोलायमान झाल्यावर तिचं मन आता शांत होऊन याच विचाराकडे झुकू लागलं. बराच वेळ अवघडून उभं राहिल्यामुळे पाठीला रग लागल्याचंही तिला जाणवलं.

सूर्य वर चढू लागला. धुकं पूर्णपणे नष्ट होऊन त्याची किरणं सगळीकडे पसरत होती. आजवर पाहिलेल्या कितीतरी सूर्योदयांपेक्षा तिला आजचा सूर्योदय अपूर्व भासला. आणि ते खरंही होतं. तिचं मरणोन्मुख मन पुन्हा चेतनामय जीवनाच्या दिशेनं झेपावू पाहत होतं.

अनुपमेनं पुन्हा एकदा त्या दरीत डोकावून पाहिलं. अनेक रानफुलं उमलू पाहत होती. पक्षी रोजच्या दिनक्रमाप्रमाणे आहार शोधण्यासाठी बाहेर पडले होते. अनुपमा पुढं चालू लागली.

नाही ! आपण मरायचं नाही... का मरायचं? आपली काय चूक आहे? याही परिस्थितीचं आव्हान स्वीकारून मी जीवनाला माझ्या सर्व शक्तींनिशी सामोरी जाईन. लोकांच्या बोलण्याकडे लक्ष देणार नाही; त्यांच्या वागण्याला धूप घालणार नाही... कुठल्याही परिस्थितीत मी कोमेजून जाणार नाही. स्वतंत्रपणे माझं जीवन मी जगेन. सगळ्यांनी साथ सोडली, तरी जगेन... एकटी जगेन ! माझं नशीब जोरावर असेल, मला नियतीनं साथ दिली, तर त्यांचे डोळे दिपून जातील अशा प्रकारे जगेन !

दुर्दैवानं उमटलेल्या या पांढऱ्या डागावर मात करून माझं जीवन मी जगत राहीन !

मनात दृढ निर्धार बाळगूनच अनुपमानं रोजच्या प्रदक्षिणा पुऱ्या केल्या.

देवीपुढे हात जोडत असताना तिच्या अंतर्मनात प्रार्थना उमटली,

'जीवनात कसलाही प्रसंग आला, तरी धैर्य मालवू न देता शक्तिशाली होऊन जगायचा आशीर्वाद दे– याहून मला कुठलाही वर-प्रसाद नको.'

घरी येताना वाटेत तिचं तिलाच जाणवलं– आत्महत्येपासून परावृत्त करणारी ती शक्ती कोणती होती? जीवनेच्छा हीच ती शक्ती. होय ! अजूनही आपलं जीवनावर प्रेम आहे. त्यासाठी आपल्याला अजूनही जगायचं आहे. यानंतर इथून कुठंतरी दूर निघून जायचं आणि आपल्याला अतिप्रिय असलेल्या कार्यात जीवनाचं साफल्य शोधायचं ! धुरकटलेल्या या वातावरणातून एखाद्या स्वच्छंद गाणाऱ्या पक्ष्यासारखी मी बाहेर पडेन. कुणाच्या दयेची गरज नाही, तिरस्कार सहन करायची गरज नाही !...

अनुपमा दृढपणे पावलं टाकत पायऱ्या उतरून खाली आली. आपल्याला घरी जायला रोजच्यापेक्षा उशीर झाल्यामुळे सावक्का चिडेल, याची भीतीही तिला वाटली नाही.

घरात शिरताच ती वडिलांपुढे जाऊन उभी राहिली.

'अप्पा, मला कंटाळा आलाय. मी मुंबईला जाते. सुमीकडे. उद्यापासून

शिकवणीच्या मुलांचं काय करायचं ते तुम्ही पाहा !'

शामण्णांना आश्चर्य वाटलं.

'मुंबईला? इतक्या लांब? किती दिवसांसाठी? केव्हा येशील?'

'येईन थोड्या दिवसांनी !' ती उत्तरली.

पण आपण इथं कधीच परतणार नाही, हे तिच्या अंतर्मनात ठाम होतं.

◆ ◆ ◆

गाडी दादर स्टेशनात उभी राहिली. अनुपमा गोंधळून गेली होती. मनात अनामिक भावना दाटत होती, त्याचबरोबर भयही !— आपण इथं आलो, ते योग्य केलंय की अयोग्य? पण गावाकडच्या परिस्थितीबाहेर पडण्यासाठी हे पहिलं पाऊल उचलणं आवश्यक होतं. तेवढा एकच मार्ग तिच्यापुढे त्या क्षणी होता.

सूटकेस उचलून अनुपमा स्टेशनवर उतरली. तेवढंच तिचं सामान— चार-सहा साड्या, चारशे रुपये आणि तिची प्रिय पुस्तकं !

भोवतालच्या गर्दीतून सुमन हात हलवत येताना दिसली, तसा तिचा जीव भांड्यात पडला.

'सुमी, तू आलीस ! इतकी घाबरले होते मी ! काय ही गर्दी ग !'

'म्हणूनच तुला मी लिहिलं होतं— सुट्टीच्या दिवशी ये म्हणून. चल !'

अनुपमा नवलाईनं सभोवताली पाहत होती. भोवतालची गर्दी, विजेवर धावणाऱ्या लोकल्स, वेगवेगळ्या प्रकारची वेशभूषा केलेली माणसं, कानावर येणाऱ्या वेगवेगळ्या भाषा, मरणाचा उकाडा, घामाचा चिकचिकाट...!

ती मुकाट्यानं सुमनच्या पाठोपाठ चालू लागली. दूर वर्सोव्याच्या टोकाला सुमनचं छोटं घर होतं. तोच त्यांचा राजवाडा ! सुमनचा नवरा हरी अंधेरीच्या फॅक्टरीत इंजिनीयर होता. त्या छोट्या फ्लॅटमध्ये सगळ्या सोयी होत्या.

पण अनुपमाला इथलं सगळं विचित्र वाटत होतं. खेड्यातलं तिचं घर कितीतरी मोठं होतं. सुमन सकाळी नोकरीवर जायची. तिला रविवारी आणि तिच्या नवऱ्याला गुरुवारी सुट्टी.

सुमननं मनापासून मैत्रिणीचं स्वागत केलं, 'अनु, तुझंच घर समजून राहा इथं. काही काळजी करू नकोस. पुढचं पुढं काहीतरी पाहू या आपण. तू नीट जेव बघू ! किती खराब झालीयस तू !'

मैत्रिणीचं बोलणं ऐकून अनुपमाच्या घशाशी आवंढा आला.

'सुमी, तू आधी माझ्यासाठी एक नोकरी पाहा बरं ! घरात रिकामी बसले, तर याच विचारानं डोकं बिघडून जाईल माझं. शिवाय तुला आमच्या घरची

परिस्थिती ठाऊक आहेच–'

'मी यांनाही सांगून ठेवलंय. तू एवढ्यात का तो विचार करतेस? अनु, तू आनंदला पत्र लिहिलंस, त्यावर त्याचं काय पत्र आलं?'

'एकच नव्हे, तीन-तीन पत्रं पाठवली मी ! पत्ता चार वेळा तपासून पोस्टात टाकली...'

'मग?'

'पोस्टमनची वाट पाहता-पाहता डोळे दुखून गेले. अप्पांनी दोन पत्रं लिहिली– त्यांनाही उत्तर नाही!'

'तुझ्या लग्नात देसाई डॉक्टरांनी मध्यस्थी केली होती ना? त्यांना तरी सांगायचं !'

'ते कुठं इकडं आहेत हल्ली ! आमच्या लग्नाच्या वेळीच ते म्हणायचे, दिल्लीला जाण्याआधी तुमचं लग्न लावून जातो म्हणून !'

'हो का? त्या महाशयानं मोठंच पुण्य गाठीला बांधलं म्हणायचं तुमचं लग्न जुळवून !' सुमन कडवटपणे म्हणाली.

'सुमी, त्यांना दोष देण्यात काय अर्थ आहे? पुढं असा मला रोग होईल, हे त्यांना कुठून ठाऊक असणार?'

'अनु, तुझी सासू एवढं कथा-पुराणं ऐकणं, दानधर्म करणं, पूजाअर्चा करणं– सतत काहीतरी देवाधर्माचं करत असते. पण तुझ्याशी असं वागलं, तर तिला पाप नाही का लागणार? तुझ्या पुढच्या आयुष्याचा विचार करून तुला काही ना काही आर्थिक सहाय तरी–'

'सुमी, मला त्यांच्या दयेची भीक नको आहे. ते भिक्षान्न ! मला कोड फुटलंय एवढंच. बाकी सगळी मी तुमच्यासारखीच आहे. हात-पाय-बुद्धी सगळं तसंच आहे. रूप जाऊन कुरूपपणा येईल. तरी माझ्या योग्यतेनुसार एखादी नोकरी मिळणार नाही काय?'

'अनु, तुला लगेच तुझ्या योग्यतेची नोकरी कशी मिळेल? एम. ए. झाले, तरी मी अजून खासगी कंपनीत क्लार्क म्हणून नोकरी करते. तू माझ्यापेक्षाही हुशार आहेस. तुला क्लार्कची नोकरी मिळणं कठीण नाही, पण तुला ते आवडणार नाही.'

'मला कुठली नोकरी आवडते, ते काही महत्त्वाचं नाही. जीवनाच्या समुद्रात तरणं महत्त्वाचं आहे !'

'अनु, राणीसारखं राहायचं तू खरं तर ! तू असं बोलू लागलीस, की मला वैताग येतो. तू इथल्या कर्नाटक संघाची मेंबर हो. माटुंग्याला संघ आहे. म्हणजे काहीतरी नाटकं करत राहता येईल तुला...'

अनुपमा म्लानपणे हसली, 'माझ्या जीवनाचंच नाटक होऊन गेलंय ! वेगळं नाटक कशाला हवं?'

प्रवासाच्या दमणुकीमुळे तिला गाढ झोप आली. तिला जाग आली, तेव्हा सुमनचा नवरा हरी आल्याची चाहूल लागली. सुमन त्याला अनुपमाविषयी सांगत होती.

अनुपमा संकोचानं आत आली.

'अनु, हे हरीप्रसाद– म्हणजे मिस्टर सुमन !' सुमननं आपल्या नवऱ्याशी ओळख करून दिली.

हरी आश्चर्यचकित झाला.

सुमननं जेव्हा आपल्या मैत्रिणीविषयी सांगितलं, तेव्हा त्याला वाटलं होतं– कुणीतरी कोडानं भरलेली एखादी मैत्रीण असेल. थोडे दिवस आपल्या घरी राहील. प्रत्यक्षात अप्रतिम सौंदर्यवती सुमीची मैत्रीण म्हणून त्याच्यासमोर उभी होती ! हे त्याला अनपेक्षित होतं. तिच्या काळ्याभोर डोळ्यांमध्ये विषादाची छाया होती. हरीला ती एखाद्या शापग्रस्त अप्सरेसारखी भासली.

सुमनपुढे अनुपमा मिणमिणत्या दिव्यापुढे प्रकाशमान तेजस्वी दिव्यासारखी दिसत होती. स्वत:ला आवरून त्यानं औपचारिकपणे नमस्कार केला.

हरीच्या नजरेत उमटलेले भाव अनुपमेच्या लक्षात आले. कॉलेजमध्ये असताना तिला अशा नजरा झेलण्याची सवय होती.

तिनं लगेच स्वत:ला समजावलं– माझं हे मानणं योग्य नाही. कोड असलेली स्त्री म्हटल्यावर बघणाऱ्याची दृष्टी वेगळीच असणार. आपण तिचा असा अर्थ काढणं योग्य नाही.

'शक्य तितक्या लवकर माझ्यासाठी एक नोकरी पाहाल काय? सुमीनं तुम्हांला सगळं सांगितलं असेलच.'

'नोकरीचं पाहता येईल. त्यात काही कठीण नाही. तुम्ही मुंबईत चार दिवस निवांत राहा. एलिफंटा – व्हीटी – बोरिवली पार्क – सगळीकडे सुमनबरोबर फिरून या. नंतर पाहता येईल.'

हरीचं बोलणं ऐकून अनुपमाला बरं वाटलं. सुमीच्या आग्रहावरून ती आली असली, तरी तिचा नवरा कसा वागेल, हा प्रश्न तिच्या मनात होताच. पण हरीच्या बोलण्यामुळे मनातली शंका दूर झाली होती.

अनुपमाला मुंबईला येऊन महिना झाला होता.

सुरुवातीचे काही दिवस तिनं सुमनबरोबर शहर पाहण्यात घालवले. काही

वेळा हरीही त्यांच्याबरोबर आला होता. तिथं त्यांच्या घरी काही त्रास नसला, तरी मनाच्या कोपऱ्यात 'ही काही माझी कायम राहायची जागा नव्हे', अशी भावना होतीच. त्या दोघांच्या संसारात आपली उगाच अडचण कशाला, अशी सतत मनाला टोचणी होती.

एक दिवस संध्याकाळी घरी आल्या-आल्या हरीनं सांगितलं, 'तुमच्यासाठी उद्या एका इंटरव्ह्यूचं निमंत्रण आलंय. गोपाल अत्रे नावाचा माझा मित्र आहे - त्याच्या ऑफिसमध्ये. पण–'

'का? पण काय?' अनुपमानं उत्सुकतेनं विचारलं.

'साधी क्लार्कची नोकरी आहे. शिवाय फोर्टमध्ये ऑफिस आहे. दररोज लांब जाऊन यावं लागेल तुम्हांला.'

'मला चालेल. वर्सोव्याहून फोर्टला कितीतरी जण जातात ना! मीही जाईन!' अनुपमा समाधानानं हसत म्हणाली.

थोडी भीती आणि थोडी उत्सुकता मनात बाळगून अनुपमा गोपाल अत्रेंच्या ऑफिसात शिरली. मनात प्रार्थना चालली होती– देवा रे, काही तरी करून मला ही नोकरी मिळू दे! आणखी किती दिवस अशीच मैत्रिणीवर भार होऊन राहू?

तिला घरात रिकामं बसून राहणंही कंटाळवाणं होऊ लागलं होतं. सकाळी सुमन-हरी कामावर निघून गेले, की रात्रीच घरी येत. घरातली सगळी कामं लवकर संपून जात. त्यानंतर वर्सोव्याच्या लाटांच्या सान्निध्यात कॉलेजमधले उत्साहानं भरलेले दिवस किंवा त्यानंतरच्या दु:खद दिवसांतल्या बारीकसारीक घटना आठवून नि:श्वास सोडणं, एवढंच तिचं काम होतं.

अँग्लो इंडियन रिसेप्शनिस्टच्याही आधी अनुपमा ऑफिसमध्ये हजर झाली होती. ऑफिसच्या वेळेआधी आलेल्या त्या तरुणीनं पर्समधून छोटा आरसा बाहेर काढला, कंगव्यानं केस सारखे करून ओठांवरून लिपस्टिकची कांडी फिरवली, सेंटचा फवारा मारला आणि उत्साहानं भोवताली पाहिलं. अनुपमा तिच्याकडेच पाहत होती.

अनुपमानं कधीही मेकअपची साधनं वापरली नव्हती. पण नाटकाच्या प्रसंगी मात्र ती स्वत:च स्वत:चा मेकअप करत होती. तेही त्या भूमिकेचा विचार करून, आवश्यक असेल तेवढाच मेकअप. बेताचा मेकअप, वेशभूषा, आवाजाचा चढ-उतार यांच्या सहायानं ती कधी शकुंतला, कधी नूरजहान, तर कधी चांदबीबी होत होती. कुठं गेले ते दिवस?... कराल भविष्यकाळाविषयी अनभिज्ञ असलेले निरागस दिवस! सुंदर स्वप्नं विणत जगण्याचे ते दिवस! पुढं आपल्या आयुष्यात असं काहीतरी उपस्थित होईल, याची त्यावेळी तिळभरही

कल्पना नव्हती.

'तुमचं नाव अनुपमा का? तुम्ही इंटरव्ह्यूसाठी आलात?' रिसेप्शनिस्टनं विचारलं.

'होय.'

'गोपाल अत्रे बोलावताहेत.'

इंटरव्ह्यू अतिशय साधा आणि सरळ होता. अति-बुद्धिमती अनुपमा असल्या नोकरीसाठी आली, यात आश्चर्यच होतं.

'तुमचे विषय वेगळे आहेत. तुम्ही या नोकरीसाठी का आलात?' इंटरव्ह्यू घेणाऱ्या एका अधिकाऱ्यानं विचारलं.

'घरची परिस्थिती!' अनुपमानं एकाच शब्दात उत्तर दिलं.

'तुम्ही उद्याच कामावर हजर व्हा. इथं सगळ्या कामाची सवय हवी. आमची रिसेप्शनिस्ट डॉली आणखी दोन महिन्यांत रजेवर जाणार आहे. तिच्याकडून बाकीचं काम शिकून घ्या.'

'बरं–' म्हणून सांगून अनुपमा बाहेर आली.

ती खोलीबाहेर जाताच गोपाल अत्रे उद्गारले, 'किती देखणी मुलगी आहे! बिच्चारी!'

'बिचारी? काय झालं तिला?'

'तिला कोड आलं म्हणे!...'

'पण आपल्याला दिसलं नाही!'

'कोण जाणे! हरिप्रसादांनी तसं सांगितलं होतं.'

'असं? पुअर गर्ल!–'

बाहेर अनुपमा डॉलीला भेटून बोलली, 'अच्छा! उद्या येते.'

'बाय... बाय!...' डॉलीनं निरोप दिला.

◆ ◆ ◆

अनुपमा कामावर हजर होऊन दोन महिने झाले होते.

पहिला पगार हातात पडला, तेव्हा डोळ्यांत अश्रू आले. पण ते आनंदाचे होते, की दुःखाचे, हे तिचं तिलाच समजलं नाही.

आर्थिक स्वातंत्र्य हे मानवाच्या अति-महत्त्वाच्या स्वातंत्र्यांपैकी एक. आतापर्यंत तिनं पैसे मिळवले असले, तरी या निश्चित नोकरीमुळे एका ध्येयाच्या दिशेनं निघाल्यासारखं तिला वाटलं.

तिनं सुमनला महिन्याच्या खर्चासाठी तीनशे रुपये देऊ केले. पण सुमननं

त्यांचा स्वीकार केला नाही. हरीप्रसादही म्हणाला, 'माझी धाकटी बहीण माझ्या घरी राहिली असती, तर तिच्याकडून पैसे घेऊन मी तिला जेवू घातलं असतं काय? तुम्ही माझ्या बहिणीसारख्याच आहात. मला बरं वाटावं असं तुम्हांला वाटत असेल, तर तुम्ही या पैशाचा विचारच करू नका.'

कृतज्ञतेनं अनुपमेला शब्द फुटेना.

दिवस भराभरा जात असल्यासारखं तिला वाटत होतं. ऑफिसमध्ये डॉली, शिरीन दारुवाला, चंद्रिका राव, नीला कुलकर्णी यांच्याशी तिचा स्नेह जमला होता. त्याही दूरच्या उपनगरात राहून अनुपमाप्रमाणेच नोकरीला तिथं येत होत्या. मैत्रिणींची जात्याच आवड असल्यामुळे अनुपमा त्यांच्यात छान रमली. आपल्या जीवनाला झाकोळून टाकणारे ढग उडून गेल्यासारखं तिला वाटत होतं. मैत्रिणींचा उल्हास, परस्परांना मदत करण्याची पद्धत– जीवनातील तप्त उन्हामध्ये थंड शिडकावा झाल्यासारखं तिला वाटत होतं.

सुमनच्या घरी असंच किती दिवस राहायचं? आणखी सहा महिन्यांत ती आई होणार आहे. त्यावेळी घर आणखी लहान वाटू लागेल. शिवाय त्या दोघांनी कितीही आग्रह केला, तरी तिच्या संसारात असं उगाच का राहायचं? पाहुण्यानं फार दिवस राहू नये. कशाचाही अतिरेक विषासमानच. त्या दोघांनी आपल्यासाठी खूपच केलं आहे. हे नातं चांगलं राहायचं असेल, तर शक्य तितक्या लवकर वेगळं राहिलं पाहिजे. एकदा नात्यात तेढ निर्माण झाली, की पुढं कायमचा कडवटपणा राहील.

तिनं ऑफिसमधल्या मैत्रिणींना सांगितलं, 'माझ्यासाठी एक जागा पाहा.' अनुपमा एकटी राहणार म्हटल्यावर भोवतालचा परिसर चांगला असला पाहिजे. त्याचबरोबर भक्कम पागडी देण्याइतकी आर्थिक ताकदही तिची नव्हती.

डॉली आणि अनुपमा एकाच बसनं किंवा ट्रेननं जायच्या. डॉली बांद्र्याला उतरायची, तर अनुपमा अंधेरी-वर्सोव्याकडे जायची.

अनुपमाला तिच्या कोडाविषयी कुणी एका शब्दानंही विचारलं नव्हतं. पावलावर कोड पसरलं होतं. हाताच्या कोपऱ्यावरही पांढरे डाग दिसत होते. तरी कुणीही तिला अस्पृश्यासारखं वागवत नव्हतं.

असेच काही महिने सरले. जाणं-येणं आणि घामाघूम करणारी हवा यानं दमणूक झाली, तरी अनुपमा मुंबईच्या यांत्रिक जीवनाशी जुळवून घेऊन राहू लागली.

दिवाळी जवळ आली. नेहमीप्रमाणे ऑफिसमध्ये साड्या विकणारा बनिया आला होता. अनुपमानं दोन छान साड्या विकत घेतल्या. डॉलीबरोबर जाऊन तिनं चांदीची सोपकेस घेतली. भाऊबिजेच्या दिवशी सुमनला साडी आणि हरीला

सोप–केस दिली.

सुमन म्हणाली, 'अनु, एवढं सगळं का दिलंस?'

अनुपमा म्हणाली, 'तुम्हा दोघांची बहीण असते, तर असेच रागावला असता काय?'

हरीही गप्प बसला.

अनुपमेला जाणवलं, या दोघांचे उपकार आयुष्यात कधीही विसरणं शक्य नाही.

◆ ◆ ◆

त्या दिवशी डॉली ऑफिसला आली नाही, तशी अनुपमा घाबरली. डॉलीचं लग्न ठरलं होतं. ऑस्ट्रेलियात नोकरी करणारा अँग्लो-इंडियन तरुण तिचा नियोजित वर होता.

कदाचित तिचा भावी नवरा ऑस्ट्रेलियाहून आला असेल काय?– अनुपमा विचारात पडली. पण एका फोननं खुलासा केला. डॉलीला अपघात झाला होता. अर्ध्या दिवसाची रजा टाकून ती हॉस्पिटलमध्ये गेली.

डॉलीची वृद्ध आई जॉयसी बाहेर बसून रडत होती. डॉली तिची एकुलती एक मुलगी. तिचं लग्न ठरलेलं. इतर सगळे नातेवाईक गोव्यात राहत होते. आता अशी अडचण आली होती.

अनुपमा तिथल्या प्रमुख डॉक्टरांना जाऊन भेटली.

'तातडीनं रक्ताची व्यवस्था केली पाहिजे. कुणी ओळखीचं किंवा नात्यातलं असेल तर बोलावून घ्या. नाही तर ब्लडबँकेतून रक्त मागवा.' वृद्ध जॉयसीला सगळी धावपळ जमण्यासारखी नव्हती.

डॉलीच्या ओळखीची आणि नात्यातली माणसं मुंबईमध्ये होती. पण मुंबईत आयत्या वेळी यायला सवड कुणाला असणार? जॉयसी हवालदिल झाली होती.

अनुपमानं तिचं समाधान केलं आणि थोरल्या डॉक्टरांना भेटून म्हणाली, 'सर, माझं रक्त डॉलीच्या रक्ताशी जुळतं का, ते पाहा. मी रक्त द्यायला तयार आहे.'

रक्त देण्यात हरकत काहीच नव्हती. नंतर थोडा अशक्तपणा येईल, हे तिला ठाऊक होतं. त्याचबरोबर कोड असलेल्या व्यक्तीचं रक्त दिल्यास रोग्यालाही कोड होईल, अशीही काहीजणांना भीती वाटण्याची शक्यता होती.

सुदैवानं तिचं रक्त डॉलीच्या रक्ताशी जुळलं. रक्त देऊन बाहेर आल्यावर तिनं जॉयसीला सांगितलं, 'आता डॉली बरी होईल. काही काळजी करू नका.'

डॉलीचे इतर नातेवाईक जमले. त्यानंतर, आपलं इथं काम नाही, असं

मानून ती तिथून निघाली.

डॉली बरी होईपर्यंत ती रोज संध्याकाळी ऑफिस सुटल्यावर डॉलीला भेटत होती. तिनं एकदाही रक्त दिल्याचा उल्लेख केला नाही.

पण एक दिवस डॉलीला ते समजलं. कुठल्याही प्रकारे ना नात्याची ना गोत्याची, ना एका प्रांताची, ना भाषेची अनुपमा! अत्यंत मोक्याच्या क्षणी तिनं रक्त तर दिलंच, नंतर त्याचा उल्लेखही केला नाही! आपण हिचे उपकार आयुष्यात कधीही फेडू शकणार नाही, अशी तिची भावना झाली.

ऑफिसमध्ये आल्यावर पहिल्याच दिवशी तिनं विचारलं, 'अनुपमा, तुझे उपकार कसे आणि कधी फेडू मी? तू केवळ कलीग नाहीस–'

अनुपमानं तिला अडवलं, 'डॉली, उपकाराची भाषाच नको! तुला रक्ताची गरज होती, ते माझ्याकडे होतं, मी दिलं! बस्स!'

डॉली निरुत्तर झाली. थोडेसे उपकार करायचे आणि त्याविषयी वारेमाप सांगत फिरायचं, अशी कितीतरी माणसं तिनं जवळून पाहिली होती. उलट अनुपमानं ती एखादी साधी गोष्ट असावी, तसं केलं होतं.

◆ ◆ ◆

ऑफिसमधल्या चंद्रिका रावचं लग्न ठरलं. सगळ्यांनी अर्ध्या दिवसाची रजा घेतली होती.

लग्नाच्या निमित्तानं अनुपमा जरा विशेष नटली. नवऱ्या मुलीला देण्यासाठी म्हणून एक चांदीची वाटी घेऊन ठरल्याप्रमाणे ती दादर स्टेशनवर गेली. ऑफिसमधले सगळे तिथं जमले होते.

मुंबईमधलं अर्ध्या दिवसाचं लग्न ते. हिंदू कॉलनीत लग्नाचं कार्यालय होतं. नवरा मुलगा महाराष्ट्रीयन होता. अतिशय साध्या प्रकारे लग्न पार पडलं. किती नाही म्हटलं तरी अनुपमेला आपल्या लग्नाचा थाटमाट आठवला– किती थाटमाट, किती वैभव! आता ते सारं स्वप्नासारखं भासत होतं. आता वाटलं, लग्नाला खर्च किती केला, यापेक्षा परस्परांचं सहकार्य अधिक महत्त्वाचं. तेच नसेल तर मात्र विवाह म्हणजे केवळ अवडंबरच होऊन राहतं. गंधहीन फुलासारखं!

लग्नाचं जेवण आटोपलं. अनुपमेला पुन्हा ऑफिसला जायचा कंटाळा आला. ती सरळ घरी निघून आली. यावेळेला घराला कुलूप असेल, अशी तिची

अपेक्षा होती, पण ती खोटी ठरली.

घरात हरी होता.

'हे काय? ऑफिसमधून इतक्या लवकर घरी आला? तब्येत बरी आहे ना?'

'मला टूरवर जायचं आहे; म्हणून लवकर घरी आलो.'

अनुपमा आत जाऊन नवी साडी सोडून जुनी साडी नेसत होती. पदर ओढून खांद्यावर घेत असताना तिला वेगळाच अनुभव आला–

मागून कुणीतरी येऊन तिला घट्ट धरलं. ती दचकली. तोच एक हात तिच्या तोंडावर घट्ट ठेवण्यात आला. भोवतालची मिठी आणखी घट्ट झाली.

कोण?– क्षणार्धात खुलासा होऊन अनुपमा घामेजली. घरात हरीशिवाय आणखी कोण आहे?

तिनं वळून पाहिलं. पाठीशी हरी हसत उभा होता. त्याची नजर तिच्यावर खिळली होती. तिनं संतापानं त्याच्याकडे पाहिलं.

हरीला वाटलं, अनुपमा कशीही असली तरी सुंदरच दिसते ! रागानं पाहताना तर आणखी सुंदर दिसते !

'तुला पाहिलेल्या क्षणापासून माझं तुझ्यावर मन जडलंय! तू तरी उगाच कुणाची वाट पाहत तारुण्य वाया घालवतेस? तुला नवऱ्याबरोबरच्या संसारात पुरुष-सुखाची चव समजली आहे. तुला त्या सुखाची आठवण नाही येत? कुणालाही काही कळणार नाही, अशा प्रकारे आपण राहू शकतो. कुठल्याही परिस्थितीत मी तुला अधांतरी सोडणार नाही, चल–'

अनुपमाला संतापानं शब्द फुटेना. तिच्या मौनाचा हरीनं आपल्याला सोईस्कर अर्थ लावला आणि तो पुढं म्हणाला, 'तुझ्या सौंदर्यापुढे सुमी रानटी म्हशीसारखी दिसते ! तू घाबरू नकोस. अनेक सोईस्कर मार्ग आहेत. काही कमी-जास्त झालं, तर हजार दवाखाने आहेत... तुला पुरुषाचा मोह होत नाही? अनु, मी तुला नोकरी मिळवून दिली, त्याची परतफेड करणार ना?'

अनुपमानं सारी शक्ती एकवटून त्याच्या थोबाडीत जोरात लगावून दिली.

'शीः ! लाज नाही वाटत? तुम्ही मला बहीण मानलंत ! सुमी मला बहिणीसारखी आहे. सुमीला सांगते सारं– जाऊ द्या मला !'

हरी दारापुढे आडवा उभा राहिला.

'भाऊ म्हणून हाक मारल्यावर लगेच कुणी भाऊ होतं काय? सुमीला सहजपणे पटवण्यासाठी मी स्वतःला तुझा भाऊ म्हणवून घेतलंय. एका आई-बापाच्या पोटी जन्मलेलेही अनेकदा भाऊ-बहिणीसारखे राहत नाहीत ! तिथं कुठला काही संबंध नसणारी तू कशी माझी बहीण होशील? माझं ऐक. त्यात तुझाही फायदा आहे. आपल्या संबंधांविषयी कुणाला काही समजणार नाही. तुला

काहीच भविष्य नाही. एवढं कोड पसरल्यावर आनंद तुला पुन्हा बोलावेल काय? आणखी कुणीतरी तुझ्याशी लग्न करेल, या भ्रमात तर तू नाहीस ना? चल, उगाच वेळ वाया नको घालवायला -'

'शी ! कुत्र्या, लांब राहा !' अनुपमा दाराशी सरू लागली.

'होय. मी कुत्रं, तू उष्टं ! कुत्रं भुकेजलंय... उष्टं समोर पडलंय. तू माझं ऐकलंस तर ठीक आहे ! नाहीतर मीच सुमीला तुझ्याविषयी सांगेन. तूच माझ्या गळ्यात पडत होतीस म्हणून ! अनु, काही झालं तरी सुमी बाई आहे, तिचा माझ्या बोलण्यावरच विश्वास बसेल. तुझ्यासारख्या नवऱ्यानं सोडलेल्या बाईवर ती विश्वास ठेवणार नाही !'

एवढ्यात दारावर थाप पडली. अनुपमानं चपळाई करून बाहेरचं दार उघडलं. दारात सेल्सगर्ल उभी होती, 'मॅडम, आमच्या कंपनीनं घराच्या स्वच्छतेसाठी नवा लिक्विड सोप काढलाय. घर लखलखीत होतं. आज आम्ही स्वस्तात देत आहोत. ही बाटली फक्त एकोणीस रुपयांना.'

ती काय सांगतेय, ते अनुपमाच्या कानात शिरत नव्हतं. देवानंच आपल्या रक्षणासाठी हिला पाठवून दिलंय, असं वाटून तिला हायसं झालं. तिनं लगेच 'आत या तुम्ही, मला एक बाटली द्या–' म्हणत तिला आत घेतलं. जवळच्या पर्समधून वीस रुपयांची नोट तिच्या हाती दिली.

हरी हताश होऊन पाहत राहिला. सावज त्याच्या हातातून निसटू पाहत होतं. सेल्सगर्लनं पर्स उघडून पाहत म्हटलं, 'मॅडम, सुटा रुपया नाही.'

पर्स हातात घेत अनुपमा तिच्याबरोबर घराबाहेर पडत म्हणाली, 'असू दे. तुमच्याकडे राहू द्या तो–' आणि पटकन पायऱ्या उतरू लागली.

निरुपायानं हरी कपडे करू लागला.

समुद्रकिनाऱ्यावर बसून अनुपमा विचार करत होती.

रडून रडून तिचे डोळे सुजले होते. हा एक मोठाच आघात तिनं काही वेळापूर्वी सोसला होता. बळकट दोरखंड म्हणून विश्वासानं आधार घ्यावा आणि तो साप निघावा, तसं झालं होतं. उंच डोंगरावरून अचानक पाय घसरून दरीत कोसळल्यासारखं तिला वाटत होतं.

पांढरा डाग दिसल्यावर मनात जी खळबळ उडाली होती, तसंच आता झालं होतं. सांगता न येणारी तगमग... अंत नसलेलं दुःख.

खरा प्रश्न वेगळाच होता. यानंतर सुमीच्या घरी कसं राहायचं? इथं राहायचं नाही तर आणखी कुठं जायचं? या जनारण्य मुंबईत इतक्या लवकर आपल्या राहण्याची वेगळी व्यवस्था कशी होईल?

अनुपमा गोंधळून गेली. विचार करकरून तिला वेड लागेल की काय, असं वाटू लागलं.

पाठोपाठ आनंदची आठवण झाली. त्यानं आपल्याला टाकल्यामुळे आज काय काय ऐकावं लागलं !

जगात परक्या कुणी काही बोललं तर सहन करता येईल, दुर्लक्ष करता येईल; साऱ्या जगाचं तोंड बंद करणं शक्य नाही, हे तिलाही ठाऊक होतंच. पण तिनं मनात ज्याला सख्ख्या भावाचं स्थान दिलं होतं, त्याच्या तोंडून व्यक्त होणारं त्याचं गलिच्छ मन पाहून तिच्या हृदयाला तीव्र वेदना होत होत्या.

दुपारच्या प्रसंगाची आठवण होऊन ती पुन्हा नखशिखांत थरकापली– देवा ! आणखी कुठल्या कुठल्या परीक्षेतून मला जावं लागणार आहे? मलाच का या प्रसंगातून जावं लागतंय? गिरिजासारखीला का सुखाचं आयतं आयुष्य मिळतंय? माझं काय चुकलं?

तिच्या प्रश्नांना काहीच उत्तरं नव्हती. समोरचा सूर्यही तिच्या प्रश्नांना उत्तरं न देता मावळतीला चालला होता.

अंधार वाढू लागला, तेव्हा अनुपमाला तिथून उठणं भाग होतं.

ती घरी आली, तेव्हा सुमी स्वयंपाक करत होती. सुमीनं तिचे सुजलेले डोळे, लालसर चेहरा पाहिला. 'अनु, केव्हा आलीस? बरं नाही काय? लग्न कसं झालं?' तिनं चौकशी केली.

अनुपमा काही बोलली नाही.

'तू झोप जा अनु. मी स्वयंपाक करते आज. हेही गावात नाहीत. आणखी आठ दिवसांनी येतील. स्वयंपाक झाल्यावर मी तुला उठवेन.'

म्हणजे सुमीला काहीच ठाऊक नाही. सुस्कारा टाकून अनुपमा आत गेली.

सुमनलाही वाटलं, मैत्रिणीच्या लग्नाच्या निमित्तानं हिला बहुतेक आपलं लग्न आठवलं असावं. म्हणून हिचा चेहरा कोमेजून गेलाय... बिचारी !

❖ ❖ ❖

दुसऱ्या दिवशी ऑफिसच्या वेळेआधी अनुपमा डॉलीच्या घरी आली. डॉली आपल्या टचिंग मेकअपमध्ये होती.

'अरेच्चा ! अनु ! आता या वेळी कशी आलीस?'

दरवाजा बंद करून अनु हुंदके देऊन रडू लागली. कारण काय म्हणून विचारलं, तरी बोलली नाही. काय सांगणार ती तरी?

'डॉली, माझी कुठल्या तरी हॉस्टेलमध्ये राहायची व्यवस्था कर. या आठ दिवसांच्या आत. नाही तर मला फार त्रास होणार आहे.'

'अनु, एवढी कसली घाई?'

'त्याविषयी मला जास्तीचं काही विचारू नकोस. तुझ्या इथं अनेक ओळखी आहेत. प्लीज, मला मदत कर–'

'काही कठीण नाही. काहीच जमलं नाही, तर आमच्या घरी पेईंग-गेस्ट म्हणून राहा.'

'खरं?'

'अर्थात, तुला पटलं तर. आमची बाहेरची खोली रिकामी आहे. इथं मी आणि मम्मी दोघीच राहतो. आम्ही मांसाहारी– त्यामुळे तुझं जेवण तुला बनवून घ्यावं लागेल.'

'कसे तुझे आभार मानू डॉली !' अनुपमा मन:पूर्वक म्हणाली.

संध्याकाळच्या गाडीनं हरी आला. तो आला, तेव्हा सुमन स्वयंपाक करत होती. घर शांत होतं. हरी काही बोलला नाही.

जेवणाच्या वेळी सुमननं दोनच ताटं ठेवली, तेव्हा त्यानं विचारलं, 'का? अनुपमा नाही?'

'नाही. तिला कुठंतरी पेईंग – गेस्ट म्हणून जागा मिळाली म्हणे राहायला. किती आग्रह केला, तरी ऐकलं नाही तिनं. आज सकाळी तिकडं राहायला गेली. माझेही बाळंतपणाचे दिवस जवळ येताहेत. तुमच्या आईही आता इथं राहायला येतील. त्यांचं सोवळं ओवळं भरपूर. लहान घर. म्हणून मीही गप्प बसले.'

'तू का गप्प बसलीस?' हरीनं संतापानं विचारलं.

'अहो, आपण तिला भरपूर मदत केली. म्हणून तिला कायमचं ठेवून घेणं शक्य आहे काय? मलाही ती गेल्याचं वाईट वाटलं. पण आपलाही प्रपंच आता वाढतोय. तिलाही अवघड होत होतं. शिवाय काही अडचण असेल, तर तिला बोलावून घेता येईलच की ! नाही म्हटलं तरी तिलाही भीड वाटणारच.'

'हा काय स्वयंपाक आहे?... किती तिखट केलंयस सगळं!' हरी भरल्या ताटावरून संतापानं उठत म्हणाला.

'तिखट झालंय का? थांबा. थोडी साखर पेरते. एवढ्यासाठी जेवण का टाकून उठताय?'

सुमन साखरेचा डबा आणायला उठली. पण तिला हरीच्या या 'तिखटपणा'चं कारण समजलं नाही.

यानंतर अनुपमा कधीच आपल्याला भेटणार नाही, हे सत्य मात्र हरीप्रसादला

पूर्णपणे समजलं होतं.

डॉलीच्या घरी अनुपमाचे दिवस कसे जात, ते तिचं तिलाही समजत नव्हतं. पण ऑफिसमधलं क्लार्कचं जीवन मात्र तिला अलीकडे कंटाळवाणं वाटत होतं. तिच्या कर्तृत्वशक्तीच्या दृष्टीनं ते किरकोळ काम होतं. नोकरी बदलण्याच्या दृष्टीनं ती दररोज वृत्तपत्रातल्या जाहिराती पाहत होती.

विलेपार्ल्यामधल्या कॉलेजमध्ये संस्कृत व्याख्यात्याची जागा रिकामी असल्याची जाहिरात वाचताच तिनं लगोलग अर्ज लिहायला घेतला. पण 'केवळ अनुभवी उमेदवारांनी अर्ज करावेत' या सूचनेमुळे तिच्या मनात आशंका निर्माण झाली होती. 'आधी बी का आधी वृक्ष,' या प्रश्नासारखाच तो गहन मुद्दा ! अनुभवाशिवाय नोकरी मिळणार नसेल, तर अनुभव तरी कसा मिळणार?

त्या नोकरीचं स्वरूप मात्र तिच्या आवडीप्रमाणे होतं. इंटरव्ह्यू घेणारे सगळे प्रौढ वयाचेच होते. इंटरव्ह्यू देण्यासाठी जे उमेदवार आले होते, त्यात अनुपमाच लहान वाटत होती.

'भास आणि कालिदास या दोघांमध्ये तुलना करून, तुम्हांला त्यातला कोण श्रेष्ठ वाटतो ते सांगा.'

'क्षमा करा मला. पण अमुक श्रेष्ठ आणि तमुक कनिष्ठ, असं मूल्यमापन करणंच मला चुकीचं वाटतं. नाटकामधला ओघ – किंवा स्विफ्ट म्हणा हवं तर – भासाच्या नाटकात आहे. वर्णनापेक्षा तिथं नाटकातल्या कथानकाला महत्त्व आहे. याचा अर्थ, कालिदास भासापेक्षा कमी दर्जाचा, असं म्हणता येणार नाही. कालिदासाची सर्वश्रेष्ठ कृती शाकुंतल. अतिशय परिपूर्ण कलाकृती म्हटलं तर चुकीचं ठरणार नाही. शिवाय कालिदास कवीही आहे. त्यामुळे निसर्गाची, आकाशाची वर्णनं त्याच्या नाटकात येतात. हा माझा अभिप्राय.'

'तुमच्या छंदांमध्ये तुम्ही नाटकाचा उल्लेख केलाय. आमच्या कॉलेजमध्ये आम्ही तसं वातावरण निर्माण करून दिलं, तर तुम्ही विद्यार्थ्यांकडून नाटकं बसवून घेऊ शकाल काय?'

'हो ! माझ्या दृष्टीनं ते अत्यंत आनंददायी ठरेल ! मुलांकडून तालीम करून घेऊन मी उत्तम नाटक सादर करू शकेन !' ती आत्मविश्वासानं म्हणाली.

अनुपमा आता नाटकात नायिकेचं काम करू शकणार नव्हती. कोडानं हाताचा बराच भाग व्यापला होता.

◆ ◆ ◆

बांद्र्याच्या चर्चमध्ये डॉलीचं लग्न थाटामाटात पार पडलं. अनुपमानं त्यासाठी आठवडाभराची रजा टाकली होती. आता डॉली तिची केवळ साधी मैत्रीण न राहता अंत:करण मोकळं करण्याची स्नेहमय बहीणच झाली होती.

जुनी नोकरी सोडून नव्या नोकरीवर दाखल होताना अनुपमाला वाईटही वाटलं. तिनं जड अंत:करणानं तिथल्या मित्र-मैत्रिणींना निरोप दिला.

पार्ल्याच्या कॉलेजमध्ये हसतमुखानं आणि आत्मविश्वासानं अनुपमा दाखल झाली. मुंबईला आल्या आल्या तिनं गळ्यातलं मंगळसूत्र काढून ठेवलं होतं. त्यावेळी तिला ते निरर्थक वाटलं होतं.

व्यवहारज्ञान असलेल्या नीलानं सांगितलं, 'अनु, या जगात पुरुषाच्या नजरेपासून बचाव होण्यासाठी याचा उपयोग होतो–'

पण अनुपमाला त्याचा तिटकारा आला होता. एका स्त्रीला स्वत:पुरतं जगायचं असलं, तरी अशा बुजगावण्याची गरज भासावी काय?

बांद्र्याजवळच्या समुद्रकिनाऱ्यावर बसून अनुपमा समुद्राच्या लाटा पाहत होती. काळावर कुणाचं वर्चस्व नाही, दडपण नाही किंवा लाचारीही नाही. जगातल्या घटनांकडे दुर्लक्ष करून तो आपल्या गतीनं चालत राहतो. पण माणसाचं आयुष्य मात्र तसं नाही. आपल्या इच्छेप्रमाणे घटना घडत असल्या, की मनात उत्साह असतो आणि मनाच्या विरुद्ध काही घडलं, की मन निरुत्साही होतं.

काही संयमी माणसं जीवनातल्या हार-जीतीकडे सारख्याच अलिप्ततेनं पाहू शकतात म्हणे ! पण आपल्या जवळपास तशी माणसं खरोखरच दिसतात काय?

दिवसातून किमान अर्धा तास तरी या समुद्रकिनारी येऊन बसणं, हा अनुपमेच्या जीवनाचा एक भाग झाला होता. आता तिच्या जीवनातही समुद्राच्या लाटांप्रमाणे चढ-उतार चालले होते.

सुमनला मुलगा झाल्याचं समजताच ती भेटायला गेली होती. हरीची कोल्हापूरला बदली झाल्याचं सुमनकडून समजलं. नंतरही हरी नसल्याची वेळ साधून ती बाळाला सोन्याची अंगठी देऊन आली.

बाळाला सुमन म्हणत होती, 'बघ ! तुझी मावशी आली ! चिक्कमा ! छोटी आई !'

अनुपमानं मात्र मनातल्या मनात म्हटलं, 'बाळा, मी तुझ्या आईची मैत्रीण ! आणखी कुणीही नाही !'

◆ ◆ ◆

पावसाची संततधार लागली होती. मुंबई शहराला मोठ्या तळ्याचं स्वरूप आलं होतं. कधी सूर्याचं दर्शन होईल, असं सगळ्यांना झालं होतं. पावसाचा जोर किती आहे, ते आजमावण्यासाठी वसंतनं उगाच आपल्या ड्यूटी-रूमच्या खिडकीमधून बाहेर डोकावून पाहिलं. संध्याकाळपासून पावसाचा जोर वाढल्याचं त्याच्या लक्षात आलं नव्हतं. तिकडे त्याचं लक्षही नव्हतं म्हणा.

सकाळी आठ ते दुपारी चार वाजेपर्यंत सतत कामात तो गढून गेला होता. ऑपरेशन, इमर्जन्सी म्हणता म्हणता वेळ कसा निघून गेला, हे त्याच्या लक्षातही आलं नव्हतं. आता जेवता जेवता बाहेर पाहत असताना त्याला परिस्थितीची कल्पना आली होती.

पावसाची संततधार आणि घनदाट ढगांचं आवरण यामुळे त्याला निरुत्साह वाटत होता. बाहेर डोकावून पाहिलं– बॉंबे सेंट्रल रेल्वे स्टेशनवरची गर्दी दिसली. रोजचंच दृश्य. नेहमी उन्हाच्या धगीनं आणि घामाच्या चिकटपणामुळे नकोसं झालेल्या मुंबईकरांना या पावसामुळे किती बरं वाटलं असेल ! पावसामुळे काही जुनी घरं पडली असतील, झोपड्यांमध्ये पाणी शिरलं असेल. तरी हवेतला उष्मा कमी करण्यासाठी पाऊस म्हणजे निसर्गानं दिलेली भेटच !...

आपल्या विचाराच्या तंद्रीत एक घास चावताना डाळीतला खडा खट्कन दाताखाली आला, तसा वसंत भानावर आला.

समोर रोजचंच जेवण होतं. अर्धवट शिजलेला भात, अति-मसालेदार भाजी, जाड भाकरी, खडे मिसळलेलं वरण, गोड दही–

वसंतला हसू आलं. गेली कितीतरी वर्षं हेच अन्न खात असला, तरी प्रत्येक वेळी त्याला घरच्या जेवणाची आठवण येत होती. काहीही उपयोग नाही, हे ठाऊक असूनही न चुकता ही आठवण यायचीच.

खिडकीची काच फुटल्यामुळे खिडकीतून आलेलं पावसाचं पाणी त्याच्या पावलांवर आलं. हा पाऊस त्याला पुन्हा त्याच्या बालपणीच्या दिवसांमध्ये घेऊन गेला. त्या वयाला पाऊस किती आवडायचा ! उन्हाळ्यानंतर आलेल्या पहिल्या पावसात तो उघड्या अंगानं भिजायचा. शरीराच्या दृष्टीनं ते फार छान वाटत असलं, तरी त्याची आई– तुंगक्का– मात्र हाकांचा सपाटा लावायची, 'वसंता, आत ये बघू ! पावसात भिजलास तर सर्दी होईल, ताप येईल, खोकला होईल.'

भिजल्यामुळे होऊ शकणाऱ्या आजारांची यादी ऐकून भीती वाटली नाही, तरी आईच्या आर्जवापुढे हार मानून तो घरात शिरायचा.

खोलीच्या दारावर टक-टक होताच वसंत पुन्हा वर्तमानकाळात आला.

'यस् कमीन !–'

'डॉक्टर, इमर्जन्सी केस आलीय. ॲक्सिडेंट केस. लगेच यायला सांगितलंय–' आलेल्या तरुणानं सांगितलं.

'तू चल. आलोच मी...' वसंतनं समोरचं ताट बाजूला सारलं आणि तो सिंकपाशी हात धुवायला गेला. बाँबे सेंट्रलच्या घड्याळात साडेचारचा ठोका ऐकू आला.

हातात एप्रन घेऊन आलेल्या वसंतकडे पाहून कॉरिडॉरमधल्या नीलमणी नर्सनं स्मित केलं. शामवर्णी केरळी निलूनं आश्चर्यानं विचारलं, 'हे काय डॉक्टर? आता कशी तुमची ड्यूटी?'

'होय... सत्त्याची आहे, पण मी करणार आहे –' अधिक बोलण्यात वेळ न घालवता तो जिना उतरून इमर्जन्सी वॉर्डकडे गेला.

म्हैसूरची मृदू कन्नड भाषा बोलणाऱ्या सत्त्याशी वसंतची ओळख होऊन तीन वर्षं झाली होती. सत्त्या वसंतला नेहमीप्रमाणे– 'वसंत, तू तर लाईफ एंजॉय करणार नाहीस ! तू संन्यासी गोत्राचा आहेस ! या रविवारी मी ऑफ घेणार आहे. अर्जंट काम आहे एक ! प्लीज, तू माझी ड्यूटी कर ना! पुढं मंगळवारी मी तुझी ड्यूटी करेन !' – एवढं सांगून उत्तराची वाट न बघता निघून गेला होता.

सत्त्याचं 'अर्जंट काम' कुठलं, हे वसंतला ठाऊक होतं. विद्या नावाच्या गुजराथी मुलीबरोबर लिबर्टीमध्ये सिनेमा पाहायचा, कमला नेहरू पार्कच्या हँगिंग गार्डनमध्ये संध्याकाळी आम्लेट खायचं, शिकत असलेल्या विद्याबरोबर प्रेमाच्या गप्पा मारायच्या.

वसंत येताच भोवतालच्या माणसांना बाजूला सारून ड्यूटीवर असलेला कॉन्स्टेबल पुढं झाला आणि सांगू लागला, 'डॉक्टर साहेब, टॅक्सी ॲक्सिडेंटची केस आहे. ह्या एकट्याच मराठा मंदिरकडून रस्ता क्रॉस करून बाँबे सेंट्रलकडे निघाल्या होत्या. तेवढ्यात टॅक्सीनं यांना धक्का मारला. टॅक्सी नंबर बीबीवाय टू एट एट फोर. यांच्याकडे लक्ष देईपर्यंत टॅक्सी निघून गेली. पण पुढच्या चौकात पकडली–'

डॉक्टरांच्या दृष्टीनं अनावश्यक असलेली माहिती सांगून कॉन्स्टेबल आपली चलाखी सांगत होता. पण वसंतचं तिकडं लक्ष नव्हतं. तो आपल्या पेशंटकडे पाहत होता.

सुमारे पंचविशीचं वय असावं. डोक्याला मार बसल्यामुळे रक्त आलं होतं - त्यात अंगावरचे कपडे भिजले होते. पाय दुमडला होता. शुद्ध नसावी.

वसंतनं जखमी तरुणीकडे आणखी एकदा पाहिलं. कुतूहल आणि अनुकंपेनं पाहिलं. काळेभोर लांब केस, शुद्ध गुलाबी अंगकांती, नाजूक जिवणी, लहान

मुलासारखा निरागस चेहरा. तिच्या अंगावरची नारिंगी साडी रक्तामुळे अधूनमधून लाल झाली होती. हातातल्या लाल काचेच्या बांगड्या फुटून अडकून बसल्या होत्या. शरीरावर कुठलाही दागिना नव्हता. कपाळावरचं कुंकू फिसकटून गेलं होतं. ही तरुणी सुंदर आहे, याबद्दल शंकाच नव्हती.

तपासणीसाठी आणखी निरीक्षण करताना हाताच्या कोपऱ्याशी आणि पावलापाशी दुधासारखी शुभ्र जागा त्याला दिसली. एखाद्या अत्यंत सुंदर चित्रावर अचानक काजळी फासावी, तसं त्याला वाटलं. पण लगोलग त्याच्यामधला डॉक्टर सावध झाला.

तो पेशंटच्या इतर जखमांचं निरीक्षण करू लागला. पाय मोडलेला दिसतोय... डोक्यावर मार आहे.. कितपत जोराचा मार आहे?.. आत मेंदूपर्यंत मार बसला असेल काय?... वगैरे डॉक्टरी प्रश्नांनी तो वेढला गेला.

पेशंटला प्लॅस्टर घालणं, इंजेक्शन देणं, औषधं देणं वगैरे करवून घेण्यात तो गढून गेला. केव्हा दिवस मावळून रात्र झाली, हे त्याच्या लक्षातही आलं नाही. त्याचं तिकडं लक्षच नव्हतं, फिकीरही नव्हती.

सगळी कामं आटोपल्यावर वसंत आपल्या ड्यूटी-रूममध्ये आला. सकाळपासून अविश्रांत काम झालं होतं. त्यामुळे आता त्याला दमणूक जाणवत होती. खोलीत अंधार होता. त्याच्या मनातही निरुत्साह भरला होता. दिवा लावून तो पुन्हा पावसाचा जोर पाहण्यासाठी खिडकीपाशी गेला. पाऊस त्याच वेगानं कोसळत होता. पण तरीही मुंबईच्या धामधुमीत आणि रात्रंदिवस खंड न पाडता धावणाऱ्या विद्युत लोकल्सच्या आवाजात काहीच कसा फरक पडत नाही?

रात्रीच्या जेवणाचा डबा टेबलावर असला, तरी वसंत तो उघडायच्या फंदात पडला नाही. दुपारच्या जेवणाचीच आठवण अजून त्याला छळत होती. पुन्हा एकदा सगळ्या रुग्णांची पाहणी करून येण्यासाठी तो वॉर्डच्या दिशेनं निघाला.

रात्रीच्या ड्यूटीवरची निलू पेशंटस्चं टेंपरेचर पाहून नोंदी करत होती. वसंतला पाहताच तिनं पुढं येऊन सांगितलं, 'डॉक्टर, सगळं ठीक आहे. पण दुपारची ॲक्सिडेंटची केस आहे ना, तिच्या जवळची पर्स–'

'सिस्टर, ते पोलिस डिपार्टमेंटला सांगा.'

'सांगणार होते, पण तो जेवायला गेलाय... अजून आला नाही. या पेशंटला औषधपाणी कोण करणार आहे, ते समजलं नाही.'

'त्या पर्समध्ये कदाचित पत्ता मिळाला असता.'

'डॉक्टर, मी ती पर्स उघडणार नाही. उगाच नाही तो गोंधळ कशाला हवा !

तुम्ही आणि कॉन्स्टेबल दोघं मिळून पाहा.' म्हणत तिनं पर्स समोर आणून ठेवली.

तेवढ्यात जेवण उरकून आलेला कॉन्स्टेबल अपराधीपणे म्हणाला, 'फार उशीर झाला डॉक्टर यायला. काय करणार–'

'असू दे. आधी यात पेशंटचा पत्ता मिळतोय काय ते बघा आणि कळवा बघू–'

'तुम्हीच बघा डॉक्टर-'

वसंतनं कधीच स्त्रियांची पर्स उघडून पाहिली नव्हती. त्यानं कुतूहलानं त्या मृदू पर्समध्ये डोकावून पाहिलं. लहान आरसा, कंगवा, लेडीज रुमाल, दहा रुपयांच्या तीन नोटा आणि थोडी नाणी.

पर्समध्ये कुठलाही पत्ता किंवा फोन नंबर नव्हता.

कॉन्स्टेबलचा चेहरा उतरला. हे प्रकरण थोडक्यात उरकणार नाही... पत्ता शोधेपर्यंत पिच्छा सुटणार नाही. भल्या मोठ्या मुंबईमध्ये असा शोध घेणं कुठल्याच अर्थी लाभदायक ठरणार नाही, याचा त्याला अनुभव होता. ही कुठल्या तरी भल्या घरची असली, तरी श्रीमंतापैकी दिसत नव्हती. पर्समध्ये नेमकेच पैसे ठेवणारी- म्हणजे परिस्थिती साधारणच दिसते.

'डॉक्टर, हे पाहा पर्समध्ये काय आहे ! पण त्यातली भाषा कुठली आहे कोण जाणे !' निलूनं एक पुस्तक वसंतच्या हाती दिलं. ते पर्सच्या आतल्या बाजूला जपून ठेवलेलं दिसत होतं.

वसंतनं पुस्तक उघडून पाहिलं आणि तो चकित झाला.

त्याच्या मातृभाषेत टिपणं लिहिलेलं ते पुस्तक होतं–

'भासनाटकचक्र.'

'डॉक्टर, ही भाषा तुम्हांला येते?'

दक्षिणेकडच्या सगळ्यांना मद्रासी मानणाऱ्या महाराष्ट्रीयन कॉन्स्टेबलनं आश्चर्यानं विचारलं. डॉक्टरांमुळे आपलं काम वाचेल, अशी शक्यताही त्याच्या लक्षात आली.

'ती माझी मातृभाषा आहे–' म्हणत वसंतनं पुस्तकाचं पहिलं पान उघडलं. तिथं नीटसपणे 'अनुपमा, ४४, बांद्रा, पाली हिल रोड,' वगैरे पत्ता लिहिला होता.

पोलिसाला पत्ता लिहून घ्यायला सांगून, तिथं ही बातमी द्यायला सांगितलं आणि तो आपल्या पुढील कामाला लागला. निघताना त्यानं ती वही आपल्याबरोबर घेतली.

'सिस्टर, यांना शुद्ध आली, की मला निरोप द्या. मी वरच्या माझ्या खोलीत आहे. त्यांचं पुस्तक माझ्याकडे आहे. त्यांचे कुणी नातेवाईक आले तरी सांग–'

आता वसंतनं अनुपमाकडे लक्ष देऊन पाहिलं. शंकाच नाही. खरोखरच

अनुपम सौंदर्य एकवटलं होतं तिथं! किती अनुरूप नाव आहे ! क्वचितच असं दिसतं. त्यात कन्नड जाणणारी म्हटल्यावर विशेष नातं जुळल्यासारखं वाटलं.

हातात पुस्तक घेऊन वसंत खोलीत आला. गावी मारुतीच्या देवळात सुश्राव्यपणे जेमिनी भारत गाणाऱ्या रामण्णा मास्तरांच्या तोंडचं पद्य त्याला आठवू लागलं... जगात कुठंही परिपूर्णता नाही, असं सांगणारं पद्य. खरं आहे, जगात कुठं आहे परिपूर्णता? परिपूर्णतेचा नाश करायला डाग हवाच ना !

दुपारी मेसमध्ये जेवताना सत्त्या समोर आला. वसंतनं आदल्या दिवशीची आपली ड्यूटी केल्याचं आठवून म्हणाला, 'हॅलो, बॉस ! कसं होतं कालचं काम? फारशी किचकट केस आली नव्हती ना?'

'नाही. फार डोकेदुखीची कुठली केस नव्हती. पण कालच्या तुझ्या ड्यूटीमुळे माझा मात्र फायदा झाला !'

मिश्किल हसत डोळे मिचकावत सत्त्यानं विचारलं, 'फायदा? तो कुठला बुवा? कोणी विशेष पेशंट भेटला की काय? की कुणी व्हीआयपी ॲडमिट झाले होते?'

'छे, रे ! मला एक उत्तम कन्नड नाटकाचं पुस्तक मिळालं.'

'त्यात काय विशेष? इथल्या कर्नाटक संघात हवी तितकी कन्नड पुस्तकं आहेत. हवी तर मी मागवून दिली असती तुला ! मला सांग– पुस्तक उत्तम आहे की पुस्तक आणून देणारा पेशंट?'

सत्त्याच्या थट्टेला आवर घालत वसंत उठून उभा राहिला. सत्त्याचा स्वभावच असा ! प्रत्येक गोष्ट थट्टेवारी न्यायची. जीवनाकडे गंभीरपणे पाहणं त्याच्या स्वभावातच नव्हतं.

'सत्त्या, कामिनी–कांचनाच्या कृपाकटाक्षात गुरफटण्याचं तुझ्या नशिबात आहे. आमच्यासारखे त्यात अडकत नाहीत. आमच्याकडे यशोदेवता साधा कटाक्षही टाकायला तयार नसते.'

वसंतच्या पाठोपाठ सत्त्या खोलीकडे निघाला. वसंतचा स्वभाव सत्त्याच्या स्वभावाच्या अगदी विरुद्ध होता. त्यामुळे सत्त्या त्याला 'शुकमुनी' म्हणत होता. सिद्धार्थ गौतम शाक्यकुळाचा, असं वसंतनंच एकदा सांगितलं होतं.

'वसंत, तू मनात आणलंस, तर ती कामिनी आणि कांचन तुझ्या पाठोपाठ येणं सहज शक्य आहे. शुकमुनी, ती यशोधरा– ती यशोदेवता तुझ्या चरणाची दासी होऊन जाईल. अजूनही माझं ऐक. ही सरकारी नोकरी सोड. अंधेरीला गुजराती लोकांच्या वस्तीत आपण दोघं दवाखाना सुरू करू या. मग काय विचारता–'

'सत्त्या, विद्यानं हाक मारली वाटतं !...' त्याला थोपवत मध्येच वसंत

म्हणाला. हे ऐकताच तिथल्या तिथं बोलणं थांबवून सत्त्या खिडकीबाहेर पाहू लागला. तिथं विद्या नव्हती.

सत्त्याही हसला. 'ते जाऊ दे. तुला जो विशेष फायदा झालाय, तो तरी मला पाहू दे ! काहीतरी उपयोग होईल मला !'

वसंतनं पुस्तक सत्त्याच्या हातात ठेवलं. ते पाहून सत्त्या निराश झाला.

'दोस्ता, मला वाटलं होतं एखादी सुंदर प्रणयरम्य कादंबरी किंवा रम्य प्रणयगीतांची चोपडी असेल ! किमानपक्षी रोमांचक डिटेक्टिव्ह कादंबरी तरी ! पाहतो तर काय ! भासनाटकचक्र! अरे, आता व्हिडिओ क्लब्सपुढे सिनेमा टिकेल की नाही अशी परिस्थिती आहे, आणि तू संस्कृत नाटक, त्यातही कुणी भास... हास... चंद्रहास... कुठून काढलंय हे? कोण पाहाणार ही नाटकं? कोण ऐकणार रात्रभर बसून?'

'सत्त्या, तू त्यातलं काही वाचलंयस काय? त्याशिवाय उगाच काहीतरी सांगू नकोस. भासाची नाटकं अत्यंत सुंदर म्हणून प्रसिद्ध आहेत. तुला संस्कृत आलं असतं, तर तुलाही हे समजलं असतं.'

'बस्स ! आधीच मातृभाषा, राष्ट्रभाषा, ज्ञानभाषा, आंतरराष्ट्रीय भाषा शिकता-शिकता, आता मुंबईत येऊन प्रेम-भाषा, व्यवहार-भाषा शिकावी लागतेय. त्यात आणखी संस्कृत शिकून काय उपयोग आहे मला? तुझ्यासारख्याला ठीक आहे हे !'

'अरे, प्रत्येक गोष्ट केवळ व्यावहारिक दृष्टीनं का पाहातोस तू? व्यवहार वरचढ होऊ लागला, की भावना मागं पडते. जिथं भावनाच नसेल, तिथं जीवन कसं राहू शकेल? भावनाहीन जीवन नीरस नाही का होणार? सत्त्या, जाऊ दे ! तुझा दृष्टिकोन आणि माझा दृष्टिकोन यात खूपच फरक आहे...'

वसंत हे बोलत असतानाच विद्याची हाक ऐकू आली. खिडकीतून वाकून पाहिलं, खरोखरच ती खालून हाक मारत होती. लगोलग सत्त्या निघून गेला.

◆ ◆ ◆

संध्याकाळी नेहमीप्रमाणे वसंत राऊंड घेत होता. रुग्णांना नातेवाईकांनी भेटायची वेळ असल्यामुळे प्रत्येक रुग्णाभोवताली एक-दोन नातेवाईक होते.

अनुपमाच्या शेजारी दोन मुली बसल्या होत्या. उगाच मुलींशी बोलणं वसंतच्या स्वभावात नसल्यामुळे तो सरळ अनुपमापाशीच गेला,

'हॅलो ! कशा आहात?'

'छान आहे डॉक्टर !' अनुपमा कन्नडमध्ये उत्तरली.

'अरेच्चा ! मला कन्नड येतं हे तुम्हांला कसं ठाऊक?'

'काल तुम्ही माझं पुस्तक नेलं म्हणून नर्सनं सांगितलं– त्यावरून समजलं.'

'तुमचं पुस्तक अजून वाचून संपलं नाही. आणखी काही दिवस राहिलं तर चालेल ना?'

'माझंच आहे ते पुस्तक. हवे तितके दिवस राहू द्या तुमच्याकडे !'

'पाय काय म्हणतोय?' वसंतमधला डॉक्टर जागा झाला.

'खूप दुखतोय डॉक्टर ! सहन करणं कठीण वाटतं.'

'होय. हाड मोडलंय ना ! वेदना कमी होण्यासाठी औषध देतो– मागवून घ्या.'

'बरं !'

वसंत निघून गेला. अनुपमाच्या मैत्रिणी काही न बोलता आश्चर्यानं हे संभाषण ऐकत होत्या. खूप दिवसांनी अनुपमा कन्नड बोलत होती– तशी संधी मिळाली होती.

◆ ◆ ◆

मध्यरात्र झाली, तरी वसंत वाचण्यात गढून गेला होता. सिनेमाचा शेवटचा खेळ बघून परतलेल्या सत्त्याचं तिकडं लक्ष गेलं.

'काय रे वसंत, कुठल्या परीक्षेची तयारी चाललीय आता?'

'भासनाटकचक्र वाचतोय–'

सत्त्या पुढं काही बोलला नाही.

वसंतही प्रत्यक्ष नाटकापेक्षा शेजारच्या रिकाम्या जागेत अनुपमानं लिहिलेली टिपणं विशेष करून वाचत होता. त्यावरून तिच्या अभिरुचीची पातळी लक्षात येत होती. शिवाय कन्नडभाषा– त्यामुळेही विशेष आत्मीयता जाणवत होती.

दररोज संध्याकाळच्या राऊंडच्या वेळी अनुपमापाशी वेगवेगळ्या मुली दिसायच्या. त्यातल्या काही अनुपमाच्या वयाच्या होत्या, तर काही तिच्याहून लहान वयाच्या. हॉस्पिटलमधल्या गर्दीमध्ये प्रत्यक्ष रुग्णांपेक्षा त्यांना पाहायला येणाऱ्यांची गर्दीच जास्त असते, हा त्याचा अनुभव होता. 'डॉक्टर, आमचा पेशंट कसा आहे? आणखी किती दिवस थांबावं लागेल? जेवण काय द्यावं? गार की गरम?' यासारखे प्रश्न पुन्हा पुन्हा विचारून डॉक्टरांचं डोकं उठवणारेच पेशंटस् अधिक असतात. पण या रुग्णाचे मात्र तशा प्रकारचे कुणीच नातेवाईक दिसत नव्हते. भेटायला येत त्या तरुणीही वेळ संपताच मुकाट्यानं निघून जात.

वसंतचं खरं तर असल्या गोष्टींकडे फारसं लक्षच नसे. पण हे दृश्य नेहमीपेक्षा वेगळं असल्यामुळे त्याला आश्चर्य वाटत होतं. कदाचित मुंबईमधल्या

एखाद्या दूरवरच्या उपनगरात राहत असलेल्या घरातली आणि नोकरीसाठी लांबवर येणाऱ्या घरातली ही तरुणी असावी.

अनुपमा हॉस्पिटलमध्ये दाखल होऊन आठवडा झाला होता. वसंत सकाळच्या राऊंडला आला, तेव्हा ती पडल्या पडल्या पुस्तक वाचत होती. वसंतला पाहताच तिनं विचारलं, 'मला किती दिवस इथं राहावं लागेल, डॉक्टर?'

'बघू या. तुमच्या प्रोग्रेसवरून सांगेन.'

रुग्णाला बोलण्यात गुंतवलं तर वेदना कमी जाणवेल, या विचारानं वसंतनं तिच्या पायाची हालचाल करून पाहत चौकशी केली, 'तुमच्या बहिणी आल्या नाहीत वाटतं!'

'त्या बहिणी नव्हेत. मी कॉलेजमध्ये शिकवते ना! काही माझ्या विद्यार्थिनी आहेत, काही मैत्रिणी.'

'तुम्ही मुंबईच्याच काय?'

अनुपमेचा चेहरा क्षणभर ढगाआडच्या चंद्रासारखा मलूल झाला. लगेच स्वत:ला सावरून ती उत्तरली, 'होय. आता हेच माझं गाव!'

पाय तपासत त्यानं पुढे विचारलं, 'घरात कोण कोण आहात?'

तिच्या चेहऱ्यावर विषाद पसरला– 'कुणी नाही!'

वसंत क्षणभर स्तब्ध झाला. कुणालाही सहज विचारावं तसं त्यानं विचारलं, पण आपली चौकशी तिला जिव्हारी लागली असावी, हे त्याच्या लक्षात आलं.

'सॉरी, मी सहज विचारायला गेलो–'

अनुपमा मंद हसत म्हणाली, 'त्यात सॉरी म्हणायचं काय कारण? कटु असलं तरी ते सत्यच आहे ना!'

पण वसंत हसला नाही.

◆ ◆ ◆

वसंतचे औषधोपचार चालले होते, त्याचबरोबर अनुपमाबरोबरची ओळखही वाढत होती. सत्त्यानं हे हेरलं होतं. तो अधूनमधून विचारायचा, 'काय वसंत? काय म्हणतोय तुझा विशेष पेशंट?'

'कुठला पेशंट? माझे कितीतरी पेशंटस् आहेत. सगळे माझ्या दृष्टीनं विशेषच आहेत.'

'अरे, तो पेशंट!... तुला कन्नड पुस्तकाचा लाभ ज्या पेशंटनं करून दिला, तो पेशंट!'

वसंत गंभीरपणे म्हणाला, 'सत्त्या, तू माझी थट्टा केलीस तरी हरकत नाही–

पण कृपा करून त्यांच्यापुढे असलं काही बोलू नकोस. बहुतेक त्यांना झालेल्या कोडामुळे त्या व्यथित दिसतात. एखाद्याला विशिष्ट गोष्टीमुळे दुःख-वेदना होत असतील, तर तो विषय काढू नये. पण...'

'सॉरी ! तुला दुखावण्यासाठी मी बोललो नाही. मीही तुझा तो पेशंट पाहिलाय. काय सौंदर्य आहे ! उगाच कुणी कुणी मिस् मुंबई, मिस् वर्ल्ड वगैरे होत असतं, पण या सौंदर्यापुढं त्यांचं काहीच नाही. पण त्या पांढऱ्या डागामुळे उत्तम केशरी दुधात लिंबू पिळल्यासारखं झालं आहे. पुअर गर्ल ! काय तिचं जीवन !'

'सत्त्या, स्वतः डॉक्टर असून असं बोलतोस? तुला ठाऊक आहे, कोड म्हणजे काय ते ! तो काही घातक रोग नाही ! तो आनुवंशिक आहे, असंही सिद्ध झालेलं नाही. आकडेवारीवरून आनुवंशिकतेत प्रमाण जास्त आहे, एवढं समजलं आहे. पण तसा आनुवंशिकतेचा इतिहास नसला, तरी कोड येऊ शकतं. त्यांना इतरांप्रमाणे सगळ्या भावना, स्पर्श-ज्ञान, विचारशक्ती सारं काही असतं. वर्षानुवर्षं या आजाराला अकारण संसर्गजन्य मानण्यात आलं आहे. काही वेळा हा रोग शंभर टक्के बरा झाल्याचं मी माझ्या स्किन डिपार्टमेंटच्या पोस्टिंगच्या वेळी पाहिलं आहे.'

'वसंत, तुझं भाषण खूप झालं ! हे बघ, मी चार-चौघांसारखा बोलतोय. कितीही सुंदर सुकुमारी असली, तरी अशा मुलीचं लग्न होणं कठीणच नाही काय? हा पांढरा डाग तिच्या भावी जीवनाच्या दृष्टीनं अनिष्टच ठरेल. शिवाय माझी जीवनविषयक दृष्टी तुला ठाऊक आहेच! माझं जाऊ दे रे, तू तरी अशा मुलीशी लग्न करशील काय?...'

विद्येच्या आगमनाची चाहूल लागल्यामुळे सत्त्यानं आपलं बोलणं आवरतं घेतलं आणि तो निघून गेला. सत्त्याचं शेवटचं वाक्य ऐकून वसंत आश्चर्यचकित झाला. माझं लग्न? बघू, कधी करायचं ते !

◆ ◆ ◆

अनुपमाला आता बराच गुण आला होता. वसंतनं तिला दररोज थोडं-थोडं चालण्याची प्रॅक्टिस करायला सांगितलं होतं. तीही पेशंट म्हणून अगदी उत्तम होती. डॉक्टरांच्या सगळ्या सूचना योग्य प्रकारे समजून घेऊन ती त्यांचं उत्तम प्रकारे पालन करत होती. वसंतच्या पाहण्यात निम्म्यावर औषध सोडून देणारे, कुपथ्य करून प्रकृती आणखी बिघडवून घेणारे रुग्णही होते.

वसंतनं पाहिलं, अनुपमा त्याच्या ड्यूटी-रूमपर्यंत चालत आली. दुपारच्या

वेळी माणसांची वर्दळही कमी असल्यामुळे ही वेळ तिला चालण्याच्या प्रॅक्टिससाठी योग्य होती.

त्यानं अनुपमाला सांगितलं, 'आता तुम्ही तुमचं डाएट बदलायला पाहिजे. अधिक सकस अन्न घेतल्यानं शक्ती भरून यायला मदत होईल. तुमचं जेवण कुठून येतं?'

तिनं खिडकीबाहेरच्या 'उडुपी लक्ष्मी कॅफे'कडे बोट केलं.

'छे: ! तिथून जेवण येतं तुमचं? ते तर रोगांचं आगर आहे ! बसस्टँडकडून येणारे तिथं चहा घेऊनच इथं ॲडमिट होतात!'

'पण मी तरी काय करू?'

वसंत क्षणभर विचार करून म्हणाला, 'त्यापेक्षा तुम्ही आमच्या मेसमधून का जेवण घेत नाही? तेही काही घरच्या जेवणासारखं नसतं, पण 'लक्ष्मी कॅफे'पेक्षा हजार पटीनं बरं असतं. तुमची हरकत नसेल, तर मी तशी व्यवस्था करू शकेन–'

'चालेल. पण तुम्हांला मेसचं बिल घ्यावं लागेल.'

'घेईन की ! त्यात काय !' वसंत हसला.

'डॉक्टर, तुमचे उपकार कसे फेडू?'

'सोपं आहे ! एकदा तुमच्या नाटकाला बोलवा.'

'तुम्हाला कसं ठाऊक?' तिनं आश्चर्यानं विचारलं.

'तुमच्या 'स्वप्न वासवदत्ता' नाटकाला कालिदास-पुरस्कार मिळाल्याचं मला समजलं. पण उशिरा–'

'डॉक्टर, तुम्ही याल आमंत्रण दिलं तर? माझं पुढचं नाटक माटुंग्याच्या कर्नाटक-संघात नाड हब्बाच्या दिवशी आहे.

'हो ! आम्ही दोघंही येऊ. तिकीट ठेवाल ना? मी कधीही कॉंप्लिमेंटरी पास घेऊन नाटक पाहत नाही. तिकीट काढून पाहातो.'

'पण डॉक्टर, या नाटकाला तिकीट ठेवलेलंच नाही. कर्नाटक-संघात 'स्वप्न वासवदत्ता'चं कन्नड रूपक आहे. तुम्ही तुमच्या पत्नीसह निश्चित या–'

वसंत आपली गंभीरता बाजूला सारून मोठ्यानं हसला. 'माझ्याबरोबर माझा रूम-मेट सत्यप्रकाश येणार आहे. मीही तुमच्यासारखा एकटा आहे. मला कुणीही नाही.'

अनुपमा त्याच्याकडे वळून म्हणाली, 'डॉक्टर, मला क्षमा करा.'

'क्षमा का बरं? तुम्ही काही आपण होऊन विचारलं नव्हतं. मीच आपण होऊन सांगितलं.'

अनुपमाची प्रकृती आता संपूर्णपणे बरी झाली होती. हॉस्पिटलमधून डिस्चार्ज मिळायचा दिवस उगवला.

वसंत आणि सत्त्या एकाच वॉर्डमध्ये काम पाहत असल्यामुळे तिची सत्त्याशीही ओळख झाली होती. निरोप घेताना अनुपमा वसंतला म्हणाली, 'डॉक्टर, तुम्ही आणि तुमचे मित्र सत्यप्रकाश आमच्या घरी याल काय? आणखी काही नाही– उगाच चहा-फराळ करायला.'

वसंत संकोचून म्हणाला, 'उगाच त्या फॉर्‌मॅलिटीज कशाला? आम्ही तुमच्यासाठी केलं ते केवळ कर्तव्य म्हणून.'

'मीही रुग्णाच्या कर्तव्याच्या दृष्टीनंच तुम्हांला घरी या म्हणतेय!'

'बरं. रविवारी संध्याकाळी चालेल? की ती तुमची टीव्ही-सिनेमा पाहायची वेळ आहे?'

'नाही. तुम्ही मात्र या रविवारी–' म्हणत अनुपमानं घरी येण्याच्या रस्त्याचा तपशील सांगितला. तिला मध्येच थांबवून वसंत म्हणाला, 'त्याची काही गरज नाही. आमचा सत्त्या म्हणजे इथला सिंदबाद आहे! मुंबईमधला कुठलाही पत्ता शोधून काढण्यात त्याचा हातखंडा आहे !'

अनुपमा पुन्हा एकदा सगळ्यांचा निरोप घेऊन तिथून बाहेर पडली.

◆ ◆ ◆

'सत्त्या, मी रविवारचा कार्यक्रम ठरवलाय, तू चुकवू नकोस.'

'विद्या गावात नाही, त्यामुळे मला वेळच वेळ आहे. पण मी कशाला येऊ? त्या तुझा विशेष पेशंट आहेत ! उगाच कबाबमें हड्डी का होऊ?'

'आपण दोघांनीही त्यांना ट्रीट केलंय. मीही आधी नाहीच म्हणत होतो– पण त्यांचा आग्रह फारच झाला.'

'तर मग जाऊ दे. अगदी त्यांचा पुन्हा फोन आला, तर बघता येईल.'

'हे मात्र बरोबर नाही हं, सत्त्या! एकदा कबूल केल्यावर आपल्याला गेलंच पाहिजे !'

'तुझ्यासाठी काही भेटवस्तू देणार असतील काय त्या?'

'सत्त्या, त्याची अपेक्षा करणं चुकीचं आहे...'

पाली हिलची बस धरून पश्चिम बांद्र्याला आल्यावर चढ चढणं अशक्य होऊन बस थांबली. सत्त्या आणि वसंत बसमधून उतरून निघाले.

उंच अपार्टमेंटस्, मोजकेच सुंदर बंगले, काही ठिकाणी दाट झुडुपं–

मुंबईच्या दृष्टीनं तो रम्य भूभाग होता. सत्त्या म्हणाला, 'मी प्रॅक्टिस सुरू केल्यावर भरपूर पैसा मिळवेन आणि याच एरियात घर विकत घेईन! त्याच दृष्टीनं यानंतर मी राबणार. तू?'

'तुला ठाऊकच आहे सत्त्या! तुझ्या दृष्टीनं त्यात काहीच नवं नाही. अप्पांचा मृत्यू आठवला की आजही वाटतं, खेड्यात एखादा डॉक्टर असता तरी माझे अप्पा वाचले असते. मी तर आमच्या खेड्यात जाणार हे नक्की. भरपूर पैसा मिळवावा, नाव मिळवावं, अशी मला कधीच आशा नव्हती– आजही नाही. अप्पांसारख्या मरणाच्या दाराशी असणाऱ्यांना वाचवू शकलो, तर मला अधिक आनंद वाटेल.'

'पण वसंत, त्यासाठी भांडवल नको काय? तुला कोण मदत करणार?'

'फार भांडवल कशाला हवं? राहायला घर आहे– तिथंच हॉस्पिटल करता येईल. थोडीफार जमीन आहे– तिचं उत्पन्न येतं, त्यात पोटापाण्याचा प्रश्न मिटेल. एवढ्या दिवसांत पैसे साठवले आहेत. त्यात आणखी थोडी भर पडली, की हॉस्पिटलही बऱ्यापैकी सुसज्ज करू शकेन. रोजच्या सरळ जीवनात पैशाची फार गरज कुठं असते?'

'पण औषधं, नर्सेस– बाकी मेन्टेनन्स?'

'आता लगेच सगळं जमणार नाही कदाचित... औषधाचे पैसे घेता येतील.'

'पण तुला खेडवळ लोकांची चापलूसी अजून ठाऊक नाही! सगळी माणसं दरिद्र्यासारखीच दिसतात.'

'पण मी तर तिथंच जन्मून तिथंच वाढलोय ना! मला आमच्या गावातल्या माणसांची खडान्खडा माहिती आहे. कुणाकडून किती पैसे घ्यायचे, याचा मला अंदाज आहे. त्या पैशाचा मला उपयोग होईल.'

'वसंत, हे सारे हवेतले इमले आहेत तुझे! कशासाठी तू या बेरंगी धाडसी जीवनामध्ये स्वत:ला लोटू पाहातोस? तुला यामुळे काही राज्य-पुरस्कार मिळेल, या भ्रमात तर तू नाहीस ना? सरकारला तुझ्या त्यागाचा पत्ताही लागणार नाही! कशाला पानाआडच्या फळासारखं जगू पाहतोस?'

'मला पुरस्काराची मुळीच हाव नाही. मला अशा जीवनाची आवड आहे, म्हणून असं जगायचं म्हणतोय, एवढंच!'

'ते जाऊ दे– तू लग्नाच्या दृष्टीनं काय विचार केलास? जीवन काही फक्त तुझ्या एकट्याच्या मूल्यावर आधारलेलं नसणार. त्यावर तुझ्या बायकोचाही तेवढाच अधिकार असणार. तिला तुझं असलं जीवन मान्य नसेल तर?'

'म्हणूनच मी अजूनही लग्नाचा विचार करत नाही. धन आणि कीर्तीचा मोह नसलेली आणि मृदू अंत:करण असलेली एखादी तरुणी भेटली, तर जात-पात,

धर्म-भाषा काहीही न पाहता मी तिच्याशी लग्न करेन.'

एवढ्यात अनुपमाचं घर दिसलं.

छोटंसं, गोव्याच्या ख्रिश्चन घरांसारखं जुनं घर होतं. भोवताली बाग, नारळीची झाडं– बागेत पेरू, डाळींब, चिक्कूची झाडं. बागेच्या एका कोपऱ्यात छोटासा क्रॉस. घराचं नाव 'मेरी व्हिला'.

गेटपाशी दोघंही घुटमळत असताना अनुपमा बाहेर आली आणि आदरानं स्वागत करत त्यांना आत घेऊन गेली.

साधं सुरेख घर. पण भिंतीवर घड्याळाव्यतिरिक्त आणखी काहीही नव्हतं. प्रत्येक कोपऱ्यात फ्लॉवर पॉट, त्यात पांढरी शुभ्र फुलं. घरातच स्वतंत्र लायब्ररी.

अनुपमा खाणं आणण्यासाठी आत गेली.

वसंत कुतूहलानं तिथल्या लायब्ररीतली पुस्तकं पाहू लागला. अश्वघोषाचं बुद्धचरित्र, सारीपुत्र प्रकरण, कन्नडमधली नाटकं, कालिदासाची काव्यं, उत्तररामचरित्र, कन्नडमधील काव्यसंग्रह, इतरही अनेक पुस्तकं–

ही उत्तम वाचक असली पाहिजे !– वसंतच्या मनात येऊन गेलं.

सत्त्या तिला म्हणाला, 'अरे वा ! मुंबईमध्ये उत्तम घर मिळालंय तुम्हांला! एवढं आणि अशा प्रकारचं घर म्हणजे केवढं झालं!'

'हे काही स्वतःच्या मालकीचं घर नाही. माझ्या मैत्रिणीचं घर आहे हे. डॉलीचं लग्न झालं– ऑस्ट्रेलियाला गेलीय ती. कदाचित तिथंच स्थायिक होईल किंवा कसं ते ठाऊक नाही. पण हे घर विकायची तिची इच्छा नाही. तिच्या आई अधूनमधून इथं येत असतात. निम्मं घर त्यांनी स्वतःकडे ठेवलं आहे.'

'किती वर्षांसाठी?'

'प्रेम आणि विश्वास असेपर्यंत. त्या हे घर आपल्या कुणा नातेवाईकालाही देऊ शकल्या असत्या; किंवा एखाद्या कंपनीकडून त्यांना जास्त भाडंही मिळालं असतं. डॉलीनं मात्र कुठलाही करार न करता, कुठलीही अट न घालता, मी मुंबईत असेपर्यंत मला हे घर दिलंय.'

'तुम्ही घर सोडलं नाही तर?'

'मी कशाला तिचं घर कायमचं ठेवून घेऊ? जे स्वतःचं नाही, त्याची अपेक्षा करणं म्हणजे भिकाऱ्यापेक्षाही क्षुद्रपणाचं आहे. हे विश्वासावर आधारलेलं आहे. विश्वासघात म्हणजे विष पाजण्यापेक्षाही मोठं पाप आहे. विष तुम्हांला एकदाच ठार करतं ! जीवनभर दुसऱ्याला हिंसा देत राहाणं हे भयंकर पाप !...'

वसंतनं पुस्तकांवरची नजर काढत म्हटलं, 'तुमच्याकडे अश्वघोषाचं पुस्तक पाहून मला आश्चर्य वाटलं. फार मोजक्या लोकांकडे हे असतं.'

'डॉक्टर, अश्वघोष संस्कृतमधला पहिला नाटककार असं मानलं जातं.

कदाचित त्याआधीही नाटककार असतील– पण त्यांची कुणाचीच कलाकृती आजवर मिळाली नाही. इसवी सनाचं पहिलं शतक हा कदाचित अश्वघोषाचा काळ आहे.'

'सत्त्या, तुला कदाचित या विषयाचा कंटाळा आला असेल !–' वसंत म्हणाला विचारलं.

'नाही. ऐकायला छान वाटतं, वाचणं मात्र जमत नाही !'

'डॉक्टर, माणसाच्या दृष्टीनं आईचं प्रेम किती महत्त्वाचं असतं पाहा ! आपल्या नाटकाच्या अखेरीस अश्वघोषानं 'आर्यसुवर्णाक्षी पुत्र साकेतनिवासी अश्वघोष' असा उल्लेख केला आहे!'

'कुठं मिळाली तुम्हांला अश्वघोषाची नाटकं?'

'तुम्हांला आश्चर्य वाटेल. आपल्या देशाबाहेर तिबेटमध्ये त्याची नाटकं प्रसिद्ध झाली होती म्हणे. ही नाटकं तिथंच मिळाली. जर्मन विद्वानांनी त्यांचं परिष्करण केलं–' अनुपमा हसत म्हणाली, 'डॉक्टर, हेच माझं कामही आहे आणि हॉबीही. पण तुम्ही नाटकांमध्ये, त्यातही संस्कृत नाटकांमध्ये रस दाखवताय, हे आश्चर्य आहे ! मला वाटलं होतं, डॉक्टर म्हणजे रोगी, उपचार आणि औषधं यातच सतत बुडालेला असतो.'

'उदाहरणार्थ मी !' लगेच सत्त्या म्हणाला.

वसंत सांगू लागला, 'माझे वडील संस्कृत पंडित होते. गावातल्या मारुतीच्या देवळाचे ते पुजारी होते. खेड्यात वेळ कसा घालवायचा? इकडची तिकडची संस्कृत पुस्तकं आणून मला त्याची कॉपी करायला लावत. माझी आई तर सुरुवातीपासून म्हणायची, मुलाला वंशपरंपरेनुसार दोन गोष्टी आल्या आहेत, संस्कृत आणि मारुतीच्या देवळातली पूजा. असा माझा वडिलांच्या बरोबरीनं संस्कृतचा परिचय झाला. तुमच्यासारखा मी काही कॉलेजमध्ये व्याकरणानुसार शिकलो नाही. तरी अजूनही संस्कृतविषयीची ओढ टिकून आहे. आई-वडील दोघंही गेले... पण त्यांनी जे वेड लावलं, ते अजूनही तसंच आहे.'

वसंत आणि सत्त्या निघायची वेळ झाली. अनुपमा गेटपर्यंत त्यांना पोहोचवायला गेली. गेटपाशी थांबून तिनं सांगितलं, 'डॉक्टर, तुम्हांला माझ्याकडून होण्यासारखी काहीही मदत असेल– संस्कृतच्या संदर्भात असो वा आणखी कुठल्या–जरूर सांगा. मी निश्चित मदत करेन. तुम्हांला कधी कंटाळा आला, तर फोन करा आणि दोघंही खुशाल जेवायला या. किती केलं तरी आपण एका प्रांतातले- एक भाषा बोलणारे.'

◆ ◆ ◆

हॉस्पिटलच्या पायऱ्या चढत असताना सीमानं हात हलवून वसंतला खुणावलं. वसंतला क्षणभर वाटलं– आपण स्वप्नात तर नाही ना? अमेरिकेत राहाणारी सीमा अशी कशी अचानक इथं आली?

'हॅलो सीमा ! कशी आहेस?'

'तू कसा आहेस वसंत? मी कशी आहे तूच सांग बघू !'

स्वभावानं मोकळी आणि बडबडी सीमा आता गोरीही दिसत होती. अमेरिकेचा प्रभाव म्हणून मुळातच आधुनिक असलेली सीमा आणखी आधुनिक दिसत होती.

अत्याधुनिक पद्धतीनं केस वळवलेला बॉबकट, पारदर्शक साडी, चॅनरव्हाईट, फ्रेंच सेंट.

वसंत मंद हसला.

'अशी कशी अचानक भेटलीस? का आली होतीस?'

'धाकट्या बहिणीच्या लग्नाला आलंच पाहिजे, म्हणून पपांचा आग्रह होता. एक महिन्याची रजा टाकून आले–' म्हणत तिनं सुंदर विवाह-पत्रिका वसंतच्या हातात ठेवली.

'तुझा कुटुंबकबिला कुठं आहे?'

'मुलीला डास चावून रॅश आलाय. तिच्यापाशी तिचा बाप बसलाय समजूत काढत. वसंत, तू लग्न मुळीच चुकवू नकोस हं !'

'त्या वेळी ड्यूटी नसेल तर बघता येईल. लग्न कुठं आहे?'

'पाहुणे खूपच श्रीमंत आहेत. ताजमध्येच लग्न करून द्यायला पाहिजे, असा त्यांचा आग्रह आहे. रविवारी लग्न आहे. ड्यूटी असली तरी दांडी मारून ये !'

'सीमा, अमेरिकेत लॅंड अपॉर्च्युनेटी कशी आहे?'

'अरे, वाटेतच काय चौकशा करतोस? जरा घरी घेऊन चल, नीट पाहुणचार वगैरे कर ! बऱ्याच वर्षांनंतर भेटलेल्या मैत्रिणीला असंच परस्पर कटवायचा विचार आहे काय?'

'सॉरी! पण तूच सांग, ज्यांचं घर नाही, त्यांनी कुठं बोलवून पाहुणचार करायचा? चल, तुझ्या आवडत्या 'लक्ष्मी-भुवन'ला. आलोच सही करून!'

'वसंत, काहीही बदल नाही तुझ्यात ! मी मात्र 'लक्ष्मी-भुवन'मध्ये काहीही खाऊ शकणार नाही. ही मुंबई अतिशय गलिच्छ आहे. इन्फेक्शन किंवा कावीळ! कशी येऊ मी?'

'पण त्यावेळी येत होतीस !'

'त्यावेळची गोष्टच वेगळी ! आता शरीरातली रोगप्रतिकार शक्ती नाहीशी झाली आहे.'

'आम्ही तर रोगांमध्ये नेहमी डुबक्या मारत असतो... उगाच थट्टा केली. एखाद्या चांगल्या हॉटेलात घेऊन जातो, चल !'

'मला वेळ कुठं आहे वसंत? लग्नाच्या घाईत आहे मी.'

'सीमा, तिथं नोकरी कशी आहे? बाकी जीवन?'

'थोडक्यात सांगते. तिथं मी एकटी वर्षाला चार लाख ऐंशी हजार रुपये मिळवते. त्याशिवाय नवऱ्याची मिळकत वेगळी. मला तुझी नेहमी आठवण येते. तुझ्यासारखा बुद्धिमान माणूस तिथं माझ्यापेक्षा दुप्पट पैसा– फक्त पैसाच नव्हे, नावही कमावू शकतो. इथं तू आयुष्य वाया घालवतो आहेस !'

'पण मला नाही तसं वाटत !–'

'कारण तू डोळ्यांवर झापडं बांधून घेतली आहेस.'

'नाही. खरोखरच मला तशा पैशाची आणि कीर्तीची अपेक्षाच नाही. एवढा पैसा मिळवून तू पूर्णपणे सुखी आहेस काय? कदाचित तू सुखी असशीलही. मोजक्या पैशात मीही तृप्त आहे. अमेरिकेसारख्या संपन्न देशात आपल्या देशातल्यासारखे गरीब रोगी भेटत नाहीत. इथं जितकं रोगांचं वैविध्य आहे, जितक्या विविध प्रकारची ऑपरेशन्स करायला मिळतात, तेवढं मला पुरेसं आहे...'

'वसंत, तू आजच्या जगात जगायला मिसफिट आहेस. तीन वर्षांत तुझ्यामध्ये काहीही बदल झालेला नाही. जाऊ दे, या विषयावर आपलं कधीच एकमत होणं शक्य नाही. लग्न कधी करणार? निदान कार्ड पाठवायला तरी विसरू नकोस.'

'अजून योग्य मुलगीच भेटली नाही, तर कार्ड कुठून पाठवू? माझ्या स्वभावाशी जुळेल अशा स्वभावाची मुलगीच भेटत नाही. त्यामुळे मी पंचविसावा तीर्थंकर !'

सीमा निरुत्तर झाली.

सीमा आणि वसंत एकाच वर्गात शिकत होते. त्यामुळे दोघांमध्ये मैत्री होती. एके काळी सीमाला अत्यंत हुशार वसंतचा मोह पडला होता. त्याच्याशी लग्न करायचंही तिच्या मनात होतं, पण तो अमेरिकेत येऊन तिथंच स्थायिक होणार असेल तर ! हे त्याला पटण्यासारखं नाही, हे लक्षात आल्यावर सीमानं व्यवहार– चातुर्यानं स्वत:सारख्या स्वभावाचा नवरा निवडला आणि ती अमेरिकेत स्थायिक झाली.

वसंतलाही सीमाच्या मनात येऊन गेलेल्या भावनेची जाणीव असली, तरी त्यानं कुठंही त्याचा उच्चार केला नव्हता. आपल्या विचाराप्रमाणे ती वागली, हे योग्यच झालं, असंच त्याचं मत होतं.

सीमा आपल्या डिपार्टमेंटमधल्या जुन्या मित्र-मैत्रिणींना आणि प्रोफेसरांना लग्न-पत्रिका देण्यासाठी गेली. निघताना तिनं विचारलं,

'मग? पुन्हा केव्हा भेट?'

'लग्नाच्या वेळी !'

तो लग्नाला येणार नाही, असं सीमाला मनोमन वाटत होतं. तोच म्हणाला, 'सीमा, मी तुझ्या लग्नाला आलो होतो की नाही? मग तुझ्या बहिणीचं लग्न का चुकवेन? आता निघू? ओपीडीमधले पेशंट माझी वाट पाहत असतील.'

सीमाच्या चेहऱ्यावर विषण्ण हसू पसरलं.

◆ ◆ ◆

दुपारी ओपीडी संपवून वसंत खोलीवर गेला, तेव्हा सत्त्या झोपला होता. वसंतला आश्चर्य वाटलं. या वेळेला सत्त्या खोलीत आहे, हेच एक आश्चर्य होतं.

सत्त्याजवळ जाताच तो घाबरला. सत्त्याचे डोळे लालबुंद झाले होते. चेहरा दु:ख आणि गंभीरतेमुळे आक्रसून गेला होता. कपाळावर हात ठेवून पाहिलं, तर तापलेल्या तव्यासारखं लागलं.

'काय झालं रे? केव्हा ताप आला?'

सत्त्यानं काहीच उत्तर दिलं नाही. वसंतनं पुन्हा तोच प्रश्न विचारला, तेव्हा मात्र तो हुंदके देऊन रडू लागला.

वसंत चांगलाच घाबरला. तो विचारू लागला, 'काय झालं? गावाकडून काही वाईट बातमी समजली काय? तुझे आई-वडील कसे आहेत? अरे, सांग तर काय झालं ते? तूच असा हातपाय गाळून बसलास तर कसं?–'

काही न बोलता सत्त्यानं शेजारी ठेवलेली लग्नपत्रिका त्याच्या हाती दिली. लाल व्हेल्वेट पेपरवर सुवर्णाक्षरानं लिहिलेली, श्रीमंत लोकांची असल्याचं पाहताक्षणीच लक्षात येईल, अशी ती लग्नपत्रिका होती.

ती विद्याच्या लग्नाची निमंत्रण-पत्रिका होती !

वसंत चकित झाला. आता त्याला सत्त्याच्या परिस्थितीची जाणीव झाली. अशा वेळी अशा परिस्थितीत सत्त्याचं सांत्वन करणं अतिशय कठीण आहे, हे वसंतच्या लक्षात आलं.

'कुणी दिली ती पत्रिका?'

'विद्याच आली होती सगळ्यांना पत्रिका देऊन बोलावणं करायला.'

'कुणाशी ठरलंय तिचं लग्न?'

'कुणी तरी गुजराती डॉक्टर आहे. इंग्लंड किंवा साऊथ आफ्रिकेत स्थायिक झालाय. घाईघाईनं लग्न ठरलंय म्हणे ! आणखी आठ-दहा दिवसांत ती लग्न करून निघून जाणार आहे...'

'सत्त्या, तू आता काय करू शकशील? स्वत: विद्याच लग्नाला तयार

झाली आहे, की तिच्यावर दडपण वगैरे–'

'तसं काही वाटत नाही. आज तर ती खुशीत दिसत होती. तिची संमती असावी–' सत्त्याला पुन्हा दु:खावेग दाटून आला.

'सत्त्या, स्वत:ला आवर ! असं का झालं असावं?'

'मी स्वत:ला व्यवहारज्ञानी समजत होतो. पण विद्या माझ्यापेक्षाही व्यवहारज्ञानी निघाली. माझं काय आहे? म्हैसूरच्या अग्रहारात सात-आठ अंकणाचं घर आहे... पेलवणार नाहीत एवढ्या जबाबदाऱ्या– तीन बहिणींची लग्नं करायची आहेत. शिवाय मी काही त्यांच्या समाजातला नाही!'

'पण विद्यानं कधी याची सूचना दिली होती?'

'नाही. परीक्षा संपली ना आता ! तोपर्यंत माझी गरज होती–'

'हे बघ सत्त्या, या संदर्भात कितीही विचार केला, तरी काही अर्थ नाही. यासारख्या घटना जगात घडत असतात. माझा काही त्यातला अनुभव नाही, पण कितीतरी उदाहरणं पाहिलेत मी.'

सत्त्या काही बोलला नाही. कदाचित त्याला एकांत हवा असेल, असा विचार करून वसंत बाल्कनीत येऊन उभा राहिला.

मुंबई सेंट्रलच्या घड्याळात तीनचे ठोके पडले. काळ किती अलिप्त असतो ! माणसानं त्याच्याकडून शिकून घेतलं पाहिजे. कालपर्यंत एखाद्या मुलाप्रमाणे खोड्या-थट्टा-मस्करी करत उत्साहानं सळसळणारा सत्त्या आज गंभीर झालाय. अशा निराशेच्या एकेका फटक्यामुळे माणसाचा स्वभाव कसा बदलत जातो !

◆ ◆ ◆

दोन दिवस ताप तसाच होता. सत्त्या जेवायला आला नाही. चौकशी केली, तर 'भूक नाही' म्हणायचा.

त्यानंतर उलट्यांचा त्रास सुरू झाला.

सुरुवातीला वाटलं, हा दु:खाचा एक प्रकारचा आवेग असेल. स्वत: सत्त्या डॉक्टर असल्यामुळे वसंतनं फारसं तिकडं लक्ष दिलं नाही. पण उलट्या सुरू झाल्या, तेव्हा मात्र त्यानं तिकडं लक्ष घातलं.

'सत्त्या, कावीळ आहे की काय कोण जाणे! नीट तपासणी करू या,' – असं म्हणत त्यानं सगळ्या तपासण्या करून घेतल्या. वसंतचा अंदाज बरोबर निघाला. डॉक्टरांनी सांगितलं, 'सत्त्या, तू स्वत: डॉक्टर आहेस. मी तुला जास्त काही सांगत नाही. योग्य जेवण- आहार आणि विश्रांती किती आवश्यक आहे, ते मी सांगायला नको !'

खोलीत बसून सत्त्या आणि वसंत विचार करत होते.

अशा आजारात सत्त्याला म्हैसूरला घेऊन जाणं अशक्य. मुंबईमध्येच कुणीतरी सत्त्याला सांभाळणारे नातेवाईक असते, तर किती बरं झालं असतं !

पण एवढ्या मोठ्या मुंबईमध्ये त्यांचं कुणीच नव्हतं. असेल तरी एवढ्याशा घरांमध्ये असला रोगी कोण ठेवून घेणार? सत्त्याला कोण पथ्याचा स्वयंपाक करून देणार?

'वसंत, तू माझी काळजी करू नकोस. माटुंग्यात काहीजण स्वयंपाक करून घरपोच डबा पाठवायची व्यवस्था करतात म्हणे. तू त्याची चौकशी कर. इथंच राहून पथ्य पाळता येईल–' सत्त्या म्हणाला.

पण ही माहिती कशी मिळणार? वसंताला अचानकपणे अनुपमाची आठवण झाली. कर्नाटक-संघामध्ये कामाच्या निमित्तानं ती माटुंग्याला जात असते; तिला कदाचित काही माहिती असू शकेल. होय. ती निश्चित मदत करेल.

'सत्त्या, अनुपमांना भेटतो. काहीतरी मार्ग निघेल असं वाटतं.'

'तुला सुचेल तसं कर–' एवढं सांगून दमून सत्त्यानं डोळे मिटले.

वसंतनं लगोलग बांद्र्याची बस पकडली.

फोन न करता अचानक घरी आलेल्या वसंतला पाहून अनुपमा चकित झाली. घरात आल्या-आल्या वसंतनं आपल्या येण्यामागचा उद्देश सांगितला.

'सत्त्या अडचणीत आहे. काही मदत जमेल काय?'

'आधी बसा तर डॉक्टर ! चहा करते.'

'नको. मला लवकर गेलं पाहिजे. शक्यतो आजपासूनच त्याच्या जेवणाची व्यवस्था करायची आहे.'

अनुपमा काही क्षण विचारमग्न झाली. आत जाऊन तिनं चहा करून आणला. चहाचा कप वसंतच्या हातात देत ती म्हणाली, 'डॉक्टर, तुम्ही गैरसमज करून घेणार नसाल, तर एक सांगू?'

'काय?'

'आमची सखुबाई माझ्या सोबतीला असते. माझ्या मैत्रिणीची आई इथं नसते. सत्यप्रकाशांची काही हरकत नसेल, तर त्यांना इथंच राहू द्या. मी त्यांना हवा तो पथ्याचा स्वयंपाक करून वाढेन. इथं फोनही आहे. तुम्हीही हवं तेव्हा या.'

वसंतनं अशा प्रकारच्या प्रस्तावाची अपेक्षाच केली नव्हती. सत्त्या कबूल होईल, असं वसंतला वाटलं. की फारसा परिचय नसलेल्या अनुपमाच्या घरी राहायचा त्याला संकोच वाटेल?...

अनुपमानं त्याच्या मनातली चलबिचल जाणून पुन्हा सांगितलं, 'सखुबाई इथंच राहते. तुम्ही सत्यप्रकाशना विचारा. नको असेल, तर माटुंग्यात डब्याची चौकशी करता येईल. पण मला व्यक्तिशः वाटतं, काविळीसारख्या आजारासाठी योग्य तो पथ्याचा डबा मिळणं कठीण आहे.'

वसंत आपल्या खोलीवर आला. सत्त्यानं मान्यता दिली, तरी मनातून संकोच वाटणं स्वाभाविक होतं.

'वसंत, बाकी काही प्रश्न नाही. पण त्या माझ्यासाठी विशेष परिश्रम घेतील- त्यांचं ऋण कसं फेडायचं? सखुबाईला आपण पैसे देऊ शकतो. आणखी कुणी कामाचं असेल तर–'

'सत्त्या, आत्ताच त्यांच्यापुढे याविषयी फारशी चर्चा करू नकोस. मी तुला त्यांच्या घरी पोहोचवून येतो. आधी तुला बरं वाटू दे. मग आपण इतर सगळं बघू या.'

वसंतला मनोमन जाणवत होतं– अनुपमा आपल्याकडून काहीही घेणार नाही.

सत्त्या बांद्र्याला अनुपमाच्या घरी राहायला आला. अनुपमानं आपली खोली त्याच्यासाठी रिकामी केली होती आणि ती पथ्याचा स्वयंपाक करण्यात गढून गेली होती. तिची वृद्ध कामवाली सखुबाई बरीच थकली होती. दिवसभर काम करून ती रात्री तिथंच राहायची. बाजारातून काही सामान वगैरे आणायचं असेल, तर सखुबाईच आणायची.

सत्त्याच्या मनात आपल्या गचाळ आणि अस्वच्छ खोलीशी या अनुपमाच्या खोलीची तुलना झाली. इथली शुभ्र जमीन, फुलदाणीतली ताजी फुलं, स्वच्छ शुभ्र अंथरुण, हाताशी येतील अशा प्रकारे जवळच टीपॉयवर ठेवलेली औषधं– किती शिस्तीची आहे ही !

तरीही सत्त्याला संकोच वाटत होता. काहीही संबंध नसताना हिच्या घरी कसं राहायचं? हे ओळखून अनुपमा म्हणाली,

'डॉक्टर, तुम्ही संकोच मानू नका. मी तुमच्यासाठी म्हणून वेगळं काहीही करत नाही. माझा स्वयंपाक साधाच असतो. त्याला फोडणी घातली नाही, की झालं ! वेगळं काही करायलाच नको.'

पुन्हा सत्त्याचा ताप वाढला. अनुपमानं फोन करून हे वसंतच्या कानावर घातलं. रात्री सत्त्याच्या कपाळावर ओल्या पट्ट्या ठेवायचं कामही अनुपमानंच केलं.

कुठलंही काम करताना अनुपमा कंटाळत नव्हती. सखुबाई नसेल, तेव्हा सत्त्याचं सारं काम ती आनंदानं करत होती. ताप उतरला, की घामेजलेलं अंग पुसण्यासाठी टॉवेल देऊन ती बाहेर येत होती.

सखुबाई बाहेर गेली असता सत्त्याला उलटी झाली. बेडपॅनमध्ये उलटी करण्यासाठी वाकत असताना त्याचा तोल गेला. अनुपमानं त्याला सावरलं.

कॉटखालची जमीन उलटीनं भरली आणि खोलीभर वास पसरला. सत्त्या उलटीमुळे दमून गेला होता. झाल्या प्रकारामुळे त्याचं मन संकोचानं भरून गेलं.

अनुपमानंच त्याला समजावलं, 'डॉक्टर, तुम्ही लक्षात घ्या– रोगी तान्ह्या बाळासारखा असहाय असतो. तुम्ही काही मुद्दाम माझ्याकडून सेवा करून घ्यायची म्हणून असं वागत नाही. मी तुमच्यासाठी विशेष काही करत नाही. माझा पाय मोडला होता, तेव्हा तुमच्या हॉस्पिटलमध्ये अनेकांनी माझी सेवा केली आहे. खरं की नाही? तुम्ही संकोचायचं कारण नाही–'

तिच्या या बोलण्यामुळे त्याचा संकोच काही प्रमाणात कमी व्हायचा. तरी तिचं नि:स्वार्थी वागणं पाहून तो थक्क होत होता. त्याला कंटाळा येऊ नये, म्हणून ती त्याला कुठल्या ना कुठल्या कामात किंवा पुस्तकाच्या वाचनात रमवण्याचा प्रयत्न करत होती.

एकदा सत्त्यानं तिला विचारलं, 'तुमच्या दृष्टीनं सौंदर्य म्हणजे काय?'

'हा प्रत्येकाच्या स्वतंत्र अनुभूतीचा विषय नाही काय? म्हणजे असं, की सिनेमावाल्यांना केवळ बाह्य सौंदर्य प्रभावित करतं. मैत्रीचे संबंध असतील, तिथं बाह्यसौंदर्यापेक्षा एकमेकांना जितक्या प्रमाणात जाणून घेत असतील, ते महत्त्वाचं ठरतं.'

अनुपमा गप्प बसली. सत्त्याही गप्प बसला. त्याचं मन विद्याच्या विचारात गढून गेलं होतं. विद्याला 'सुंदर'पेक्षा 'स्मार्ट' म्हणणं योग्य ठरेल. तिला आपल्या वागण्यात काही चुकलंय, असं वाटलं नाही. त्या प्रकारची मुळी तिची मनोवृत्तीच नाही.

अत्यंत सहजपणे नाटकात एक वेश उतरवून दुसरा वेश चढवावा, तशा प्रकारे तिनं आपल्या जोडीदाराला निवडलं. तिला त्यात कुठलीही अडचण जाणवलीच नाही. पण सत्त्या?...

सत्त्याचं मात्र तसं नव्हतं. घरच्या मंडळींचा विरोध झाला, तरी तिकडे लक्ष न देता विद्याशी विवाहबद्ध होऊन जीवनभर सोबत करायची, असा त्यानं निग्रह केला होता.

सत्त्यानं निराश होऊन नि:श्वास टाकला.

अनुपमाला त्याच्या मनातल्या आंदोलनाची कल्पना आली होती. पण ती आपण होऊन काही बोलली नव्हती. सत्त्याची आजची परिस्थिती तिला ठाऊक होती. ती स्वत: अशा प्रकारच्या– अंहं, यापेक्षाही कठीण परिस्थितीतून इथं आली होती ना !

आता सत्त्या अनुपमाच्या घरी मोकळेपणानं वावरू लागला. तिच्याशी

मोकळेपणानं गप्पा मारू लागला.

एकदा तिनं विचारलं, 'डॉक्टर, तुम्ही इतके उत्तम डॉक्टर आहात, तरीही रोगाला एवढे का घाबरता?'

'अज्ञानी परमसुखी ! आम्हांला रोगाची कॉम्प्लिकेशन्स ठाऊक असतात, त्यामुळे मानसिक त्रास जाणवतो. म्हणूनच म्हणतात ना– रोगी डॉक्टर अत्यंत त्रासदायक असतो म्हणून !'

अनुपमा हसली.

'डॉक्टर, तुम्ही आता विश्रांती घ्या बघू !'

'तुम्ही मला डॉक्टर म्हणू नका. एखादी अपरिचित व्यक्ती बोलतेय, असं वाटतं मला. तुम्ही माझ्यासाठी एवढं केलंत ! मला तर माझी बहीणच भोवताली वावरते, असं वाटतं. तुम्ही मला सत्त्या म्हणून हाक मारा.'

'तुम्हीही मला अनुपमा म्हणा. एका गोष्टीचा आधीच खुलासा करते. एखाद्या स्नेह्यानं आपल्या स्नेह्यासाठी करावं तेवढंच मी केलं आहे. त्यामुळे माझी एक विनंती आहे.'

'विनंती?'

'कृपा करून भाऊ-बहीण किंवा आणखी कुठल्याही नात्याचा त्यावर आरोप करू नका. मैत्री हे एकमेव नातं आहे ! दोघं पुरुष जसे एकमेकांचे चांगले मित्र असू शकतात किंवा दोघीजणी परस्परांच्या जिवाभावाच्या मैत्रिणी असतात, तसं एक पुरुष आणि स्त्रीही चांगले मित्र असू शकतात. माझा यावर गाढ विश्वास आहे आणि माझी तुमच्याकडूनही तीच अपेक्षा आहे.'

सत्त्या आश्चर्यानं तिच्याकडे पाहत होता. तिच्या नजरेत न सांगता येणारी व्यथा डोकावत होती.

◆ ◆ ◆

पडल्या-पडल्या बाहेरच्या नारळाच्या झाडाकडे आणि चर्चच्या क्रॉसकडे पाहत सत्त्या विचार करत होता...

विद्याचं लग्न होऊन आज आठ दिवस झाले. अनुपमाला वसंतनं विद्याविषयी सांगितलं होतं.

कामं उरकून अनुपमा हात पुसत बाहेर आली आणि खुर्ची ओढून घेऊन बसली. सकाळपासून गप्प असलेल्या सत्त्याला तिनं विचारलं, 'काय विचार चाललाय?'

'काही नाही.'

'ते शक्यच नाही. मला न सांगण्यासारखा काही विचार चालला असेल, तर राहू द्या.'

'तसं काही नाही–'

'मी तुमच्या वैयक्तिक जीवनात अनाहूतपणे डोकावतेय, असं समजू नका. तरीही सांगते, घडून गेलेली अप्रिय घटना विसरून जा. त्यातच गुरफटून राहण्यात काय अर्थ आहे?'

'अनुपमा, मी कठोरपणे बोलतोय असं कदाचित तुम्हांला वाटेल. पण तुम्हांला किंवा वसंतला प्रेम म्हणजे काय– असफल प्रेमाचं दुःख म्हणजे काय, हेच ठाऊक नाही. म्हणून तुम्ही दोघंही विसरायला सांगता. एखाद्या व्यक्तीवर प्रेम केलं आणि ते प्रेम विवाहात परिवर्तित झालं नाही, तर हृदयाला ज्या यातना होतात, जी असहायतेची भावना निर्माण होते, ते तुम्हांला कधीच समजणार नाही.'

अनुपमा गप्प बसली.

सत्त्या पुढं म्हणाला, 'तुम्हीच विचार करा. तुम्ही एखादी साडी खूप आवडली म्हणून किंमत देऊन विकत घेता... नंतर ती साडी हरवली तर काय वाटेल? साडी निर्जीव वस्तू, किंमत मोजून घेतलेली वस्तू... प्रेम आणि विश्वास या त्यापेक्षा फार मोठ्या गोष्टी आहेत ! कशानंही मोजता न येणाऱ्या. त्यामुळे प्रेमभंगाचं दुःख केवळ मीच जाणतो !'

आपलं बोलणं थोडं जास्तच स्पष्ट आणि कठोर झाल्याचं जाणवून सत्त्या तिच्याकडे पाहू लागला.

अनुपमा त्याचं बोलणं ऐकत होती. त्यानंतर शांतपणे ती म्हणाली, 'सत्त्या, तुमचं दुःख मी तुमच्यापेक्षाही चांगल्या प्रकारे समजू शकते. कारण तुम्ही फक्त भग्न-प्रेमी ! उद्या हे दुःख मागं पडेल. त्यानंतर तुम्ही उत्तम नवरा-मुलगा म्हणून लग्नाच्या बाजारात उतराल ! त्यावेळी आजचं दुःख पूर्णपणे पुसलं जाईल !–'

'पण–'

'माझ्या जीवनाची कथाच वेगळी आहे ! मी केवळ माझ्या प्रियकराकडून तिरस्कृत झाले नाही, प्रेमविवाह करून घेऊन त्यानंतर नवऱ्यानं टाकलेली मी स्त्री आहे!'

आता आश्चर्यचकित व्हायची सत्त्याची पाळी होती. अनुपमा कुमारी असेल, अशीच त्याची समजूत होती. तिच्या वैयक्तिक जीवनाविषयी वसंतनंही काही सांगितलं नव्हतं.

'कॉलेजमध्ये मी नाटकात काम करायची. माझ्या नाटकाला आलेले एक श्रीमंत बुद्धिमान डॉक्टर- त्यांनी माझ्याशी लग्न करण्याची इच्छा व्यक्त केली. आनंदना ठाऊक होतं, मी गरीब शाळामास्तराची मुलगी म्हणून ! गर्भश्रीमंत

घराची सून झाले. सिंड्रेलाच्या कथेसारखं सारं घडून गेलं. पण...'

सत्त्या तिचं बोलणं लक्ष देऊन ऐकत होता. पुढं काय घडलं असेल याची कल्पना सहज येत होती.

'लग्नानंतर चार-पाच महिन्यानंतर पहिला डाग उठला. पण सासूबाईंनी मात्र मी– माझ्या वडिलांनी त्यांची फसवणूक केली, असाच ठपका ठेवला ! आनंद याचं निराकरण करू शकले असते, पण ते परदेशी निघून गेलेले. माहेरी सावत्र आई. तिथूनही आनंदना अनेक पत्रं लिहिली, पण त्यांनी एकाही पत्राचं उत्तर पाठवलं नाही ! श्वेत वर्णाची अनुपमा त्यांना अत्यंत प्रिय होती, पण महाश्वेता अनुपमा त्यांना नकोशी होती! नकोशी झालेली वस्तू जशी कचराकुंडीत फेकतात, त्याहीपेक्षा वाईट प्रकारे त्यांनी मला माहेरी हाकलून दिली. आजपर्यंत आनंदनं माझ्याशी कुठल्याही प्रकारे संपर्क साधलेला नाही !–'

एखाद्या चित्रपटातला हृद्य प्रसंग डोळ्यांपुढे उभा राहावा, तसं सत्त्याचं झालं. पण हा चित्रपट नव्हता. साऱ्या घटनेची साक्ष असलेलं कोड तिच्या शरीरावर आपलं अस्तित्व दाखवत होतं.

अनुपमा पुढं म्हणाली, 'आणखीही सांगते ऐका. आनंदची एक बहीण आहे– अत्यंत स्वैर वागणूक आहे तिची. इतरांपासून तिनं ते लपवलं असलं, तरी मला ते ठाऊक आहे. आज ती समाजात आदर्श पत्नी म्हणून वावरते... आनंद !– त्यांचंही दुसरं लग्न झालंय, सुखात आहेत ते! आता सांगा, तुमच्या जीवनापेक्षा माझे जीवनानुभव कुठं कमी आहेत? इतरांच्या दुःखाचं मूल्यमापन करणं चुकीचं आहे, हे मलाही ठाऊक आहे... पण तुम्हांला वस्तुस्थितीची कल्पना यावी, म्हणून सांगते. आपल्या दुःखावर आपणच इलाज करू शकतो. तुम्हीही सारं विसरून पुन्हा नव्यानं आपल्या जीवनाला सुरुवात केली पाहिजे. माणसाच्या जीवनात या ना त्या प्रकारची संकटं येणारच. निराशेनं मन खचून जाणं आणि यशानं हुरळून जाणं, हे नेहमीचंच असतं. आपण त्यावरही मात करायला शिकलं पाहिजे !'

सत्त्या लक्ष देऊन तिचं बोलणं ऐकत होता. न राहवून तो उद्गारला, 'अनुपमा ! कुणी शिकवलं हे तुम्हांला? कुणी तुम्हांला उभारी धरायला मदत केली?'

'जीवनात येणारे अनुभव हेच गुरू असतात. जीवन हीच खरी शाळा आहे. मला त्यातूनच जगायचा मार्ग दिसत गेला. एक क्षण असा आला होता, की मी आत्महत्येच्या दाराशी उभी होते. पण तिथून माघारी फिरले. मला जगण्यानंच मार्ग दाखवला ! कुणा स्वामी, गुरू किंवा तत्त्वज्ञानानं नव्हे. याला कुणी मागच्या जन्मातलं पाप म्हणतात. गेल्या जन्मीचं पाप वा पुण्य या जन्मी तरी समजत नाही. काहीजणांना कॅन्सरसारखे दुर्धर रोग होतात, काहीजण आत्महत्येला बळी

पडतात, काहीजणांनाच असले आजार होतात– का बरं? अशा प्रश्नांना उत्तर नसतं. ते कुठल्याही कारणामुळे येऊ दे, त्यानंतरही मी माझ्या जीवनाला सामोरं जाईन– एवढंच मला ठाऊक आहे.'

सत्त्या अवाक झाला. आतापर्यंत त्यानं अनुपमाचा विचार केलाच नव्हता.

त्यानं विचारलं, 'तुम्हांला पतीची आठवण येत नाही? त्यांच्याविषयी काही वाटत नाही? क्षमा करा, मी तुमच्या अगदी वैयक्तिक भावविश्वाविषयी विचारतोय– वाटलं तर उत्तर द्या. नाही दिलंत तरी चालेल.'

'मला कष्टदायक असणाऱ्या घटना मी आठवत नाही. त्यामुळे मनोबल खचून जातं आणि मन अशांत होतं. मनाला आनंद देणाऱ्या घटना मी मुद्दाम आठवते. त्यातच रमायचा प्रयत्न करते. मला संस्कृत नाटकांची अतोनात आवड आहे. मी जास्तीत जास्त वेळ त्यातच असते. कुणाला मदतीची गरज असेल, तर मी आपण होऊन पुढं होऊन करते. एक गोष्ट माझ्या लक्षात आली आहे–'

'काय?'

'कुणाचंही जीवन स्थिर नाही. जन्म आणि मरण या दोन्ही गोष्टी कुणाच्याही हातातल्या नाहीत. देवानं त्या दोन्हीमधलं जे जीवन दिलं आहे, ते शक्य तितकं उपयुक्त होऊन जगलं तरी पुरेसं आहे. या जगात कितीतरी अतिरथी-महारथी, योगी, महापुरुष होऊन गेले आहेत. कालाच्या प्रवाहात अनेकजण गटांगळ्या खातात. आपल्या वागण्यामुळे अमर होऊन राहिलेले मात्र इथंतिथं क्वचित दिसतात ! मी तर सामान्य आहे. त्यामुळे चांगलं काम हेच माझ्यापुरतं माझ्या आयुष्याचं ध्येय आहे.'

अनुपमा बोलायची थांबली. सत्त्या तिच्या बोलण्याचा विचार करत होता.

'बोला ना ! का थांबला?' त्यानं विचारलं.

'तुम्हांला कंटाळा आला असेल ना माझं बोलणं ऐकून !'

'नाही. बोला तुम्ही !'

'माझ्या पद्धतीनं सांगू? श्रेष्ठ नाटककार भास असो, कालिदास असो, वा हर्षवर्धन असो; आज त्यांच्यापैकी कुणीही नाही. तरीही त्यांच्या अमर कलाकृती आजही लोकांना आनंद देतात ना? मागं मी कन्नड मुलांसाठी 'यक्षप्रश्न' नावाचं नाटक बसवलं होतं. त्यातला प्रश्न मला नेहमी आठवतो– 'जीवनातली सगळ्यात आश्चर्यकारक घटना कोणती?' या यक्षाच्या प्रश्नावर धर्मराजा उत्तर देतो, 'मृत्यू दररोज प्रत्येक क्षणाला माणूस पाहत, ऐकत असतो, तरीही स्वत:ला अजरामर मानून तो वागत असतो– हेच सगळ्यात मोठं आश्चर्य !'

सत्त्या अवाक होऊन अनुपमाचं बोलणं ऐकत होता.

तिनं खिडकीबाहेरच्या पेरूच्या झाडाकडे लक्ष वेधलं, 'ती फुलं पाहा, झाड

भरून गेलंय फुलांनी ! पण त्या सगळ्या फुलांना फळ धरणार नाही, सगळी फळं पक्व होणार नाहीत. पक्व फळांपैकीसुद्धा अनेक खाली गळून पडतील; काही पक्षी खाऊन जातील. त्यानंतर राहातील ती माणसाच्या हाती पडतील. झाडापाशी काय राहतं? त्या झाडाची फळंच त्या झाडाला मिळत नाहीत. जीवनही तसंच आहे. प्रत्येकाचं जीवन अमुक असंच आहे, असंही सांगता येणार नाही. काहीजण आघाताचा तडाखा सहन न होऊन कोसळतील. त्यांनी स्वत: ज्या मुलांना जन्म दिला, तीही कदाचित त्यांचं ऐकणार नाहीत. सगळंच अनिश्चित. त्यामुळे आपलं जीवन असंच होईल, असा हट्टही धरण्यात अर्थ नाही.'

अनुपमा अंतर्मुख होऊन बोलत होती–

'कितीही त्रास होऊ दे, कसलीही निष्ठा असू दे, जे समोर येईल त्याचं मी स्वागतच करते... त्यासाठी मन दृढ असू दे, एवढीच अपेक्षा ! तुम्ही तर माझ्यापेक्षा कितीतरी वाचलंय ! तुम्ही जीवनाला आणखी चांगल्या प्रकारे सामोरं गेलं पाहिजे.'

सत्त्या निरुत्तर झाला.

◆ ◆ ◆

पहाटेचं वारं बरं वाटत असलं, तरी हवा थंड असल्यामुळे अंगात कापरं भरत होतं. त्यामुळे आनंदनं नाईट ड्रेसवर शाल गुंडाळली होती. गार हवेमुळे थंडी होईल, त्यामुळे खोकला होईल; उगाच औषध घ्यावं लागेल. वरचेवर औषधं घेतली, तर नंतर त्यांचा शरीरावर परिणाम होणार नाही. शिवाय या औषधांचे शरीरावर होणारे साईड इफेक्टस्...'

त्याचं डॉक्टरी मन 'साईड-इफेक्टस्'पाशी येताच थांबलं.

जीवनात प्रत्येक गोष्टीला दोन बाजू असतात. प्रत्येक गोष्टीकडे लाभ, प्रमाण, दडपण यांचा विचार करून पाहता येईल ना ! पण आपलं जीवन?...

त्यानं एक मोठा सुस्कारा सोडला. जे विसरायचा सतत प्रयत्न चालायचा, मन पुन्हा त्याच विचाराकडे वळत होतं. तिचा, आपला... दोघांच्या एकत्रित दिवसांचा विचार–

एकीकडे त्याचं मन म्हणत होतं, आपण त्यावेळी वागलो तेच योग्य होतं. ती परिस्थितीच तशी होती ! तरीही मनात द्वंद्व का निर्माण व्हावं? देवा, असल्या अस्वस्थ मन:स्थितीपासून सुटकेचा काहीच मार्ग नाही काय?

पहाटेचं फिरणं घराच्या कंपाऊंडमध्येच सीमित झालं होतं. घराभोवतालची बागही अर्धा एकर एवढी होती. विविध फुलं– सुगंधानं घमघमणारी. बागेतली

फुलं वेचून त्यांच्या माळा करणं, त्यांची नीट विल्हेवाट करणं वगैरे करणारं तरी घरात कोण होतं म्हणा !

राधक्कांना मुळातच फुलांचा सोस कमी, त्यात आता वय झालेलं. गिरिजा बेंगळूरच्या आपल्या घरी आपल्या मुलीबरोबर सुखात राहत होती. आणि अनुपमा?

आनंदचं मन पुन्हा विचारमग्न झालं. सांध्यांचा त्रास सुरू झाल्यापासून अलीकडे राधक्कांना पहाटे लवकर उठायला जमत नव्हतं. आनंद फिरता फिरता पारिजातकाखाली आला. पारिजातकाचं फूल देवलोकाचं असल्याचं नारायण-पुराणात सांगितलं असलं, तरी आनंदला वाटलं, हे अत्यंत सुकोमल फूल असल्यामुळे तसं म्हटलं जात असावं. अशा पारिजातकाची चार-सहा झाडं तिथं एकत्रितपणे वाढली होती.

आनंदनं दीर्घ श्वास घेतला. आसमंत सुगंधानं भरून गेला होता. झाडांखालची सारी जमीन फुलांमुळे संपूर्ण झाकली होती. शुभ्र कोमल फुलं, त्यांची उठून दिसणारी केशरी देठं, किती अनुपम सौंदर्य हे ! होय. अनुपमासारखं अनुपम सौंदर्य !

मन पुन्हा मागं घडून गेलेल्या घटनांकडे धाव घेत होतं.

◆ ◆ ◆

आनंदचा देह इंग्लंडमध्ये असला, तरी मन मात्र अनुपमेपाशी घुटमळत होतं. स्वभावत: आनंद जिद्दी आणि महत्त्वाकांक्षी. लग्न झाल्यावर अनुपमा त्याला म्हणाली होती, 'तुम्ही इथंच पुढचा अभ्यास करा ना ! परदेशी कशाला जाता? हे घर, आई, मी कुणालाच सोडून जायचा प्रश्न येणार नाही.'

यावर आनंदनं सांगितलं होतं, 'अनु, इंग्लंडमध्ये शिकून आलो, तर लोकांमध्ये मान-मरातब मिळतो. आज तुम्हा सगळ्यांना सोडून जाणं त्रासाचं वाटलं, तरी दोन-तीन वर्षांत पुन्हा येईन ना !'

इंग्लंडमध्ये मुंबईची गोरी-घारी नलिनी पाठकही त्याच्याबरोबर शिकत होती. कॉलेजमध्ये ती स्वत:ला सर्वांत रूपवती मानत होती. कदाचित दोन-चार मुलांनी तिला तसं काहीतरी सांगितलं असावं. आपल्या सौंदर्यावर भाळलेली मुलं आपल्या भोवती गोंडा घोळतात, अशाही भ्रमात ती होती.

आनंद इतर मुलांसारखा नव्हता. नलिनीच्या हे ध्यानात आलं होतं.

एकदा आपला बॉब सावरत तिनं विचारलं, 'हे काय आनंद ! तुम्हांला माझ्याशी बोलायला सवडच नाही की काय?'

'खरोखर वेळ नसतो इथं. कॉलेज, ड्यूटी, नवं हॉस्पिटल... मला आश्चर्य

वाटतं, तुम्हांला कसा वेळ मिळतो?'

'जीवनात हे दिवस पुन्हा पुन्हा येत नसतात, आनंद! आपल्या मनात असलं तर आपण हवा तेवढा वेळ काढू शकतो.'

'खरंय तुमचं! शिकायला तरी पुन्हा आयुष्यात केव्हा वेळ मिळणार आहे? निघू मी?'

आनंद निघून गेला. नलिनीला अपमान वाटला. अनुपमाच्या सौंदर्यापुढे नलिनी निश्चितच फिकी होती. अनुपमा शंभरच नव्हे, हजारांत उठून दिसेल अशी सुंदरी होती! तिच्या आठवणीनं आनंदचं मन भरून आलं. अनुपमाला इथं येऊ दे, मग समजेल हिला, केवळ गोरा-पांढरा रंग म्हणजे सौंदर्य नव्हे!

दर आठवड्याला येणारं अनुपमाचं पत्र वाचताना आनंद स्वतःला अत्यंत नशीबवान मानत होता. लग्नानंतर तिला लगेच इथं बोलावून घेणंही सहज शक्य होतं, पण आईचं मन दुखवून बायकोला सोबत नेणं, आनंदला पटलं नाही. आपण पसंत केलेल्या मुलीशी आईनं आपलं लग्न लावून दिलं, तेव्हा तर त्याला स्वर्गच हाती लाभल्याचा आनंद झाला होता. नाहीतर पत्रिका जुळणं, अमुक ग्रह वक्री, सासू नसलेलं घर, हुंडा, देणं-घेणं यासारख्या सत्राशे साठ अडचणी पार करून आपली स्वप्न-सुंदरी अनुपमा वास्तव जीवनातही आपली होईल, यावर त्याचाही विश्वास नव्हताच!

लग्नाआधी एक दिवस राधक्कांनी शांतपणे सांगितलं, 'हे बघ! तुला मुलगी आवडली म्हटल्यावर इतर कुठलाही विचार न करता मी लग्नाला होकार दिला. केवळ तुझ्यासाठी! तुझ्यासाठी मुलींच्या फोटो-पत्रिकांचा ढीग पडला होता, हे तुलाही ठाऊक आहेच. आता मात्र तू माझं ऐक!'

त्यावेळी आनंद आईचा प्रत्येक शब्द झेलायला तयार होता!

'अनुपमा या घरची सून आहे. माझी ही एकुलती एक सून! मी तर घरच्या थोरल्या लक्ष्मीची पूजा करू शकत नाही. लग्न झाल्यानंतर तिनं इथं राहून गौरीपूजा, लक्ष्मीपूजा, नवरात्री– आपल्या घरचे सगळे कुलाचार पाळले पाहिजेत. नंतर तिला इंग्लंडला घेऊन जा. नाहीतर तूही चातुर्मास संपल्यानंतरच जा, हवं तर!'

राधक्कांच्या बोलण्यात तथ्यांश होता. गेल्या वर्षीच गोपालराय मरण पावले होते. त्या विधवा झाल्या असल्यामुळे या वर्षी कुठलाही कुलाचार त्या सवाष्णीसारखा करू शकणार नव्हत्या. अनुपमाच त्या घरची एकुलती एक सून असल्यामुळे सारे कुळधर्म, कुळाचार पाळण्याची जबाबदारी तिचीच होती. अंहं, राधक्कांनंतर तो तिचाच हक्क होता!

पण आनंदला अशा कारणासाठी आपला प्रवास पुढे टाकणंही जमण्यासारखं नव्हतं. तिथं त्याची खोली, हॉस्पिटल सारं ठरलं होतं. क्लासेसचे दिवसही ठरल्यावर 'गौरीपूजा' 'लक्ष्मीपूजा' यांसारखी कारणं सांगून प्रवास पुढे ढकलणं अशक्य होतं.

आईविषयी अपरिमित विश्वास असलेल्या आनंदनं सांगितलं, 'त्यात काय आहे ! मी नाहीतरी दोन-तीन वर्षं तिथं राहाणार आहे. अनुपमाला आणखी सहा महिन्यांनंतर येऊ दे. शिवाय तिचा पासपोर्ट, व्हिसा होईपर्यंत चार-सहा महिने जातीलच.'

पण इंग्लंडला आल्यावर मात्र त्याला अनेकदा– 'अनुपमा लवकर आली असती तर किती बरं झालं असतं !' असं तीव्रपणे वाटलं. त्यानं स्वत:चीच समजूत काढली, केवळ चार-सहा महिन्यांचा प्रश्न आहे. पापण्या मिटून उघडण्याआधीच चार-सहा महिने संपून जातील.

पण प्रत्यक्षात मात्र तसं घडलं नाही. उलट जीवनाच्या नौकेला भलं मोठं भोक पडलं. ज्याचा कधी स्वप्नातही विचार केला नव्हता, अशी घटना घडून गेली होती.

आनंदनं पुन्हा सुस्कारा सोडला.

त्या दिवशी आनंदला राधक्कांचं पत्र आलं होतं.

नेहमीप्रमाणे क्षेमसमाचाराचं पत्र नव्हतं ते. एरवीची पत्रं म्हणजे– 'सांभाळून राहा, आठवड्यातून एकदा तेल लावून न्हाऊन घे, वडलांचं श्राद्ध थेम्स नदीच्या काठावर करशील ना?' यासारखे बारीकसारीक उपदेश आणि आईचं अंत:करण दर्शवणारी काळजी व्यक्त करणारी असत. हे पत्र मात्र अगदी छोटं होतं... त्याचं हृदय – मन – बुद्धी भेदून टाकणारं तीक्ष्ण शस्त्र होतं ते !

'अनुपमाला कोड आहे. तू फक्त तिचा चेहरा बघून भाळलास ! पायावरचं कोड आम्ही पाहिलं, आणखी कुठं आहे – ते ठाऊक नाही. जिन्यावरून ती पडली तेव्हा दिसलं. आम्हांला न सांगता ती डॉक्टरांना भेटत होती. गिरिजाला आधीपासूनच संशय होता. आता ती वडिलांबरोबर माहेरी गेली आहे. आपल्या घरातलं सोवळंओवळं आणि आचारविचार तुला ठाऊक आहेत. असल्या कोड असलेल्या मुलीला मी हयात असेपर्यंत लक्ष्मीनिवासमध्ये पाऊल ठेवता येणार नाही. तिचं कोड पूर्णपणे बरं होऊ दे, त्यानंतर मी तिला घरात घेईन. हे माझं ठाम मत आहे !'

राधक्कांच्या पत्रामुळे आनंदचं सारं जीवनच डहुळून निघालं होतं. आनंदला काहीच सुचेनासं झालं.

दोन दिवसांनंतर अनुपमाचंही पत्र आलं. यावेळी मात्र तिचं पत्र पाहून त्याला कणभरही आनंद झाला नाही. कोडानं भरलेली अनुपमा त्यानं डोळ्यांपुढे आणायचा

प्रयत्न केला, पण तो विफल झाला.

तिनं पत्रात लिहिलं होतं ते पटण्यासारखं होतं, त्याचबरोबर गिरिजा, राधक्कांची बाजूही बरोबर होती. अशा परिस्थितीत त्यानं काय निर्णय घ्यायचा?... आनंद दिग्मूढ झाला.

आधीपासूनच आनंद सौंदर्योपासक होता. घरच्या परिस्थितीनं त्याच्या या गुणाला भरपूर खतपाणी घातलं होतं. घरातली प्रत्येक वस्तू सुंदरच असली पाहिजे, याविषयी तो आग्रही होता. स्वतःच्या वेशभूषेविषयीही तो अत्यंत काटेकोर होता. मित्र करतानाही त्यानं निवडक चार-सहा मित्रच केले होते. कपड्यांच्या बाबतीतला त्याचा हट्टीपणा पाहून त्याचे मित्र म्हणत, 'अरे, तू फॅशन निवडता निवडता एवढा वेळ लावतोस, की तुझे कपडे तयार होईपर्यंत फॅशन बदलून जाईल ! म्हणजे लगोलग पुन्हा नवे कपडे शिवणं आलंच ! या धावपळीत, तुझ्यावर मात्र जैन दिगंबर स्वामीप्रमाणे राहायची पाळी येईल !'

त्याच्या या चिकित्सक स्वभावाची माहिती असणारे त्याला नेहमी म्हणत, 'बघू या, तू बायको कशी निवडतोस ते ! बहुतेक मनाजोगती मुलगी शोधता-शोधता तू म्हातारा होऊन जाशील.' काहीजण तीव्रपणे म्हणत, 'बघू या, आमच्या नशिबात आनंदचं लग्न बघायचा दुर्मीळ योग आहे की नाही, ते !'

असं म्हणणाऱ्यांचं तोंड बंद होईल, इतक्या कमी वेळात आनंदचं लग्न झालं होतं. त्याचे सगळे मित्र कुतूहलापोटी या लग्नाला आवर्जून हजर राहिले होते. शापग्रस्त अप्सराच भूमीवर यावी, असं रूप लाभलेली अनुपमा पाहून सगळे अवाक झाले होते. 'व्वा ! आंद्यानं शेवटी आपलंच खरं केलं हं ! एवढी नक्षत्रासारखी मुलगी कुठून हेरून ठेवली होती, कोण जाणे!' काहीजण असूयेनं, काहीजण आनंदानं त्याची निवडीबद्दल पाठ थोपटून गेले.

त्यावेळी आनंद स्वतःला जगातला सर्वांत सुखी माणूस मानत होता. त्याला अगदी धन्य धन्य वाटलं होतं ! उलट आज?... आनंद कल्पनेत अनुपमाचं रूप पाहू लागला. स्वतः डॉक्टर असल्यामुळे त्याला या रोगाचीही संपूर्ण माहिती होती. आता त्यानं काय करावं?

हे कोड हळूहळू वाढत राहील. जर ती गरोदर राहिली, तर तिच्या मुलांनाही कदाचित कोड येऊ शकेल. अनुपमाच्या आता फक्त पायावर असलं, तरी लवकरच तिचे हात, पाय आणि चेहऱ्यावरही ते पसरेल. तिचा हस्तिदंती रंग हळूहळू दुधासारख्या रंगात परावर्तित होईल. कदाचित सारं अंग सारख्या रंगाचं न होता निम्मं-शिम्मं शरीर रंग बदलेल. तिचा आजचा श्वेतवर्ण आकर्षक असला, तरी महाश्वेता अनुपमा आकर्षक दिसणार नाही.

त्या केवळ कल्पनेनंच आनंदचा थरकाप उडाला. तो अधिक विचार करू

लागला, तसं ते चित्र अधिक स्पष्ट आणि कुरूप वाटू लागलं. अनुपमाचं ते रूप त्याला व्याकूळ करत होतं, घायाळ करत होतं. पाठोपाठ त्याला आठवलं, सगळे म्हणतील–

'एवढ्या चिकित्सकपणे मुली नाकारत होता नाही का ! आता कसं झालं !'

'कपडा विटला म्हणून नवे-नवे शर्ट फेकून द्यायचा ! आता काय करणार? बायकोलाही सोडून देणार काय?'

'बिच्चारा आनंद ! असं व्हायला नको होतं त्याला !'

जवळपासचे सगळे आसुरी आनंद व्यक्त करतील किंवा आपली कीव करतील !

आनंद घामेजला. आजवरचं त्याचं जीवन कुणीही हेवा करावा, असंच होतं. निराशा, हार, अपयश यांसारखे शब्द त्याच्या जीवनात आजवर आले नव्हते. त्यानं जिथं हात लावला, तिथं यशोलक्ष्मीची त्याच्यावर कृपा होत होती. काहीजण त्याला पूर्वजन्मीचं पुण्य, उत्तम नशीब, राधक्कांच्या लक्ष्मीपूजेचा प्रभाव म्हणत असले, तरी सगळे त्याच्याकडे असूयेनं पाहत.

तीच माणसं आता कुत्सितपणे आपल्याकडे पाहतील, या विचारानंही त्याला निराशा जाणवली. आतापर्यंत तो मित्रांना विचारायचा, 'निराशा म्हणजे काय रे?' निराशा, पराजय यामुळे माणसं प्रसंगी वेडी होतात, असं कुणी सांगितलं, तरी आनंदचा त्यावर विश्वास बसायचा नाही. आता मात्र त्याला ते पटू लागलं. अशा प्रसंगांना तोंड देण्यापेक्षा लोकांनी आत्महत्या केली तरी त्यात आश्चर्य नाही, असं त्याला वाटू लागलं.

एक मात्र खरं– राधक्कांनी लिहिलं होतं ते सगळं बरोबर नव्हतं. लग्नाच्या वेळी अनुपमानं त्याची फसवणूक केली नव्हती. त्यावेळी अनुपमाच्या शरीरावर पांढरा डाग नव्हता. आपण तिथून निघालो, त्यावेळीही असा कुठला डाग नव्हता. अनुपमा याबाबतीत खरं लिहितेय. लग्नानंतर, आपण इथं आल्यानंतर केव्हातरी तो डाग उठला असावा. देवा रे ! लग्नाआधीच हा रोग तिला झाला असता, तर किती बरं झालं असतं !

विचाराच्या तंद्रीत आनंद हॉस्पिटलच्या पायऱ्या चढू लागला. नेहमीसारखी नलिनी पाठक समोरून आली. कृत्रिम हसत आणि भुवया नाचवत म्हणाली, 'परीक्षेची तयारी जोरात सुरू झाली की काय आतापासूनच? गेल्या दोन दिवसात कुठंच दिसला नाहीस !'

खरं होतं तिचं. जीवनातील महत्त्वाची परीक्षा समोर ठाकली होती ! विद्यापीठाच्या परीक्षेत अनुत्तीर्ण झालं तरी पुन्हा संधी मिळते, आणखी अभ्यास करून पेपर अधिक चांगल्या प्रकारे लिहू शकतो, अधिक गुण मिळवू शकतो; पण जीवनातल्या परीक्षेत नापास झालं तर?...

आनंद मनोमन घाबरला.

होय. जे काही बरं-वाईट व्हायचं असेल, तर ते याच जन्मात व्हायला हवं ! जे सुख आणि सौंदर्य अनुभवायचं असेल, तेही याच जन्मी अनुभवायला पाहिजे. हा एकच जन्म आपला आहे. पुढच्या जन्माचं काय आहे कोण जाणे !

आनंदनं रोजच्यापेक्षा जास्त वेळ हॉस्पिटलमध्ये काढला. कामात असताना सगळ्या जगाचाच विसर पडला. घरी आल्यावर पुन्हा त्याला अनुपमाच्या पत्रातलं शेवटचं वाक्य समोर तरळू लागलं– 'तुमच्या पत्राची मी चातक पक्ष्यासारखी वाट पाहत आहे.'

काय उत्तर लिहायचं?

आईनं तर आपला निर्णय स्पष्ट शब्दांत सांगितला आहे. कोड कमी झाल्याशिवाय अनुपमा 'लक्ष्मीनिवासा'त पाऊल टाकू शकणार नाही, हे तर स्पष्टच होतं. तिला इंग्लंडला बोलावून घेतलं तर?... मग? इथं काय होईल?...

नलिनी पाठकचे घारे डोळे गर्वानं आणखी चमकू लागतील ! मग ती मानभावीपणे मुद्दाम विचारू लागेल, 'काय आनंद ! तुमच्या अनुपमाला काय झालंय?' वर डागण्या देत चौकशी करेल, 'कुठल्या डॉक्टरांकडे दाखवलंय तिला?'

छे: ! हे शक्य नाही !

नाहीतरी अनुपमानं डॉक्टर रावांना दाखवलं आहे. ते उत्तम आणि अनुभवी डॉक्टर आहेत. त्यांनी दिलेलं औषध ती घेत आहेच. कमी होईलही डाग. इथं येऊन तरी ती काय करणार आहे? आपण तिला इथं आणलं, तर कदाचित आई आपल्याला कायमची दूर लोटेल. आईचा प्रेमळ, पण प्रसंगी अत्यंत कठोर असलेला स्वभाव त्याच्या परिचयाचा होता. ती एकदा कठोर झाली, तर मरताना गंगाजल घालायलाही आपल्याला बोलावणार नाही.

आता अनुपमाची मन:स्थिती कशी असेल? ती घाबरली असेल काय? शक्य आहे. हा रोग कितीही दृढ मनाचा माणूस असला, तरी मानसिकदृष्ट्या हादरवून टाकतो. पण तिचा स्वभाव धैर्याचा आहे. त्याला, ती शंभर रुपयांचं तिकीट विकायला आली होती, तो प्रसंग आठवला. तिला नाटकाच्या निमित्तानं निर्भयपणे स्टेजवर उभं राहायची सवय झाली आहे. आनंदला मात्र स्टेजवर उभं राहून चार वाक्यं बोलायची भीती वाटत होती. ती मात्र लोकांच्या नजरा झेलत न डगमगता उभी राहाते.

हो ! आलेल्या परिस्थितीलाही ती त्याच धैर्यानं तोंड देईल !

मग तिला काय पत्र लिहायचं? काहीतरी अप्रिय लिहिण्यापेक्षा काहीच न लिहिलेलं चांगलं ! पुन्हा भारतात जाईन, तेव्हा अनुपमाला भेटता येईल. त्या वेळी पुढचं काय ते ठरवता येईल.

अनुपमाचं दुसरं पत्र आलं. तिच्या वडिलांचं, शामण्णा मास्तरांचं केविलवाणं पत्र आलं... तोच-तोच मजकूर, तेच ते रडगाणं. कोडानं भरलेली अनुपमा, आपली पत्नी?... या विचारानंही तो घामेजून जाऊ लागला. ही अनुपमा त्याला अनोळखी होती. उद्या तिच्या पोटी जन्मणाऱ्या आपल्या मुलांनाही कोड फुटलं तर?

आनंद नखशिखांत थरकापला !

शास्त्राप्रमाणे अजूनही कोड निश्चित आनुवांशिक आहे, हे सिद्ध झालेलं नाही, हे त्याला ठाऊक होतंच. तसं पाहिलं, तर इतर अनेक रोगांची आनुवांशिकता सिद्ध झाली आहे. हा रोग आपल्या वंशात कुणाला झाला, तर त्यांनाही ही मानसिक वेदना अनुभवावी लागेल ना! नकोच ते! पत्र लिहायचं म्हणजे काहीतरी लिहावं लागेल. त्यापेक्षा काही न लिहिणंच चांगलं !

आनंद एका निष्कर्षाला येऊन पोहोचला. तो आपल्या वरिष्ठ डॉक्टरांना भेटून म्हणाला, 'मी तुमचा विद्यार्थी. मला खूप काम करायचंय, खूप शिकायचंय. मला दिवसाआड संपूर्ण ड्यूटीची जबाबदारी द्या.'

त्यांनी बजावलं, 'पण म्हणून तू शनिवार-रविवारला जोडून रजा मागायची नाहीस !'

'सर, मला रजाच नको.'

'गुड स्टुडंट !' त्यांनी समाधान व्यक्त केलं. आनंदनंही मनात देवाचे आभार मानले. आनंदनं कामाच्या ओझ्याखाली स्वत:ला गाडून घेतलं. अनुपमा आपल्या पत्राची किती व्याकुळतेनं वाट पाहत असेल, हे त्याला जाणवलंच नाही.

◆ ◆ ◆

अधूनमधून आनंदची क्षेम-समाचार कळवणारी त्रोटक पत्रं राधक्कांना येत होती. पण आधी ठरलेल्या कालावधीनंतरही आनंद भारतात परतला नाही. भारत त्याच्या दृष्टीनं अनेक अप्रिय घटनांचं आगर झाला होता. एवढ्यात तिकडं कशाला जाऊन संकटात सापडायचं?

गिरिजाच्या लग्नासाठी आनंद केवळ पाहुणा म्हणून आला होता. केवळ आठवडाभर राहून तो पुन्हा लंडनला निघून गेला. अनुपमाचा विचार मनात असला, तरी तिला भेटावंसं त्याला वाटलं नाही. लग्नघरात राधक्का प्रत्येक पाहुण्याशी त्याची आवर्जून ओळख करून देत होत्या, त्यामागचं कारण त्याच्या लक्षात आलं होतं.

गिरिजा सासरी गेल्यावर राधक्कांनी विषय काढला.

'गिरीचं आता सगळं नीट झालं. आनंद, तुझी मात्र मला काळजी वाटते !

तुझा पुढं काय विचार आहे? गेल्या खेपेला आपण फसलो. यावेळी मात्र आपल्या जवळपासची नात्यातली मुलगी शोधू या. रूपाचा फार विचार करायला नको.'

आनंद काही बोलला नाही.

'तू फक्त 'हो' म्हण. मुलींची रांग उभी राहील. घडलं त्यात आपली काही चूक नाही. आजपर्यंत तिनं किंवा तिच्या वडिलांनी रोग कमी झालाय म्हणून पोस्टकार्डही टाकलेलं नाही. आपण तरी किती दिवस वाट बघणार?'

तरीही तो बोलला नाही.

'अरे, तू काय संन्यासी होणार आहेस काय? मला नातवंडं बघायची आहेत. आपल्या घराण्याची एवढी सारी संपत्ती आहे, तिचं काय होईल!'

आनंद न बोलता तिथून निघून गेला. लग्नाचा विषय निघताच अनुपमाची आठवण होऊन त्याला प्रचंड मन:स्ताप होत होता. मग मनाची मुळीच समजूत पटेनाशी होत होती.

निघताना नेहमीप्रमाणे आनंदनं आईला नमस्कार केला. मुलगा परदेशी निघाला म्हटल्यावर राधक्कांनी पुन्हा डोळ्यांत पाणी आणून विचारलं, 'पुन्हा केव्हा येशील?'

'बघू या!'

'तुझ्या लग्नाचं काय करायचं?'

'मी अजूनही त्यावर विचार केला नाही. तुला वाटेल तसं कर.'

अशा प्रकारे निश्चितपणे काहीही न सांगता तो निघून गेला. राधक्का मात्र मोठ्या आशेनं त्याच्या शेवटच्या वाक्याचं पालन करू लागल्या.

◆ ◆ ◆

आनंदचं शिक्षण संपलं होतं. आता त्याला भारतात जाणं आवश्यक होतं. पण आनंद काही ना काही निमित्तानं ते टाळत होता.

एकजण लहान मुलाला घेऊन आले. देश कुठलाही असला, तरी माणसं सगळीकडे तीच असतात. एका हातात मूल आणि दुसऱ्या हातानं बायकोला आधार देत तो घेऊन आला. त्यानं सांगितलं, 'कार-ॲक्सिडेंटमध्ये माझ्या बायकोचे पाय गेलेत. डॉक्टर, आता तिला बरं नाही. त्यात बाळही रडत होतं. त्यामुळे त्यालाही घेऊन आलो.'

आनंदनं तपासलं. त्याला जाणवलं, ही त्याला साजेशी बायको नाही. त्यातच ती लंगडी होती. तो माणूस खेड्यातला असल्यामुळे बराच बोलत होता.

'देवापुढे, मृत्यूपर्यंत अलग होणार नाही, म्हणून वचन घेतलं होतं ना! मग

तिला काही त्रास होत असताना मला तिच्याबरोबर आलंच पाहिजे ना!'

रुग्णाला तपासताना आनंदच्या मनातही तेच विचार घोळत होते. इंग्लंडसारख्या देशात राहत असताना, तिथं सुलभपणे घटस्फोट मिळत असतानाही लंगड्या बायकोबरोबर हा अशिक्षित किंवा अर्धशिक्षित माणूस 'अन्टिल डेथ' हे वचन पाळत आहे!

मागं त्यानंही हेच वाक्य अनुपमाला सांगितलं होतं. आता तेच वाक्य आनंदला विद्ध करून गेलं. 'मृत्यूखेरीज कुणीही आपल्याला दूर करू शकणार नाही,' असा शब्द देणारा आनंद आता दुसऱ्या लग्नाला तयार होत होता! त्याच्या मनात चर्रर झालं.

कोड फुटलेल्या अनुपमाबरोबर एकत्र राहाणं अशक्य असलं, तरी मी दुसऱ्या लग्नाला कसा तयार झालो? दुसऱ्या बायकोलाही असाच एखादा रोग झाला तर? दुसऱ्या लग्नात तरी सुख आहे, याची काय हमी? एक लग्न करून त्या बरोबर येणारी सुखदुःखं पुरेपूर भोगून झाली आहेत! आता पुन्हा त्या जंजाळात पडायला नको. लग्न न करताही कितीतरी जण राहतातच ना? आपणही तसंच राहायचं -

आनंदचं इंग्लंडमधील वास्तव्य लवकरच संपुष्टात आलं. पैशाच्या आशेनं परदेशी जाणारे पैशासाठीच तिथं राहतात. आनंदला पैशाचा मोह कधीच नव्हता. तो सोन्याचा चमचा तोंडात घेऊनच जन्मला होता. राधक्कांना पक्षाघाताचा झटका येऊन त्या अंथरुणाला खिळल्या, तेव्हा आनंदला माघारी यावंच लागलं.

आता आलिशान 'लक्ष्मीनिवासा'त राधक्का आणि आनंद दोघंच राहत होते. बाकी स्वयंपाकीण, पूजेचा ब्राह्मण, ड्रायव्हर आणि इतर नोकर-माणसं होतीच.

आनंद दुसऱ्या लग्नासाठी तयार झाला नाही, तेव्हा आधी राधक्का खूप संतापल्या. त्यानंतर त्यांनी खूप अश्रू ढाळले. पण आनंदचा निर्धार बदलला नाही. 'मी जन्म दिला म्हणजे काही त्याचं नशीब लिहिलं नाही! ब्रह्मदेवानं त्याच्या नशिबात हेच लिहिलं असलं, तर कोण काय करणार!' वगैरे तत्त्वज्ञान त्या वरवर बोलत असल्या, तरी त्यांचं मातृहृदय मुलासाठी तिळतीळ तुटत होतं. अधूनमधून गिरिजा आपल्या मुलीसह आईला भेटायला येत होती, तेवढाच त्यांना विरंगुळा होता.

पूर्वीप्रमाणे आनंदला शांत मनानं आपल्या खोलीत राहायला जमत नव्हतं. मनात अनेक आठवणी, पाठोपाठ अनेक अस्पष्ट विचार तरळत राहत. आता त्या खोलीत अनुपमाची एकही वस्तू नसली, तरी तिच्या सहवासातल्या तीन

महिन्यांच्या आठवणी त्या खोलीत पावलोपावली विखुरल्या होत्या.

लग्न झाल्यामुळे गिरिजेची खालच्या मजल्यावरची खोलीही रिकामी झाली होती. त्या खोलीत आपलं सामान ठेवून तिथं राहायचं त्यानं ठरवलं. त्याचं हॉस्पिटल आणि कन्सल्टिंग रूम वेगळीच होती. मुलगा डॉक्टर होणार म्हटल्यावर राधक्कांनी त्यासाठी सोयीची जागा घेऊन ठेवली होती. आनंदनं तिथं काही करायची गरजच नव्हती.

गिरिजाच्या खोलीतलं सामान आवरल्यानंतर त्यानं माडीवरच्या आपल्या खोलीतलं सामान खालच्या तिच्या खोलीत ठेवायला सुरुवात केली. आपली सारी पुस्तकं त्यानं जपून खाली आणून ठेवली. गिरिजाच्या खोलीत बरंच जुन्या काळातलं सामान ठेवलं होतं.

जुन्या काळी बेंगळूरमधल्या कँपमधून गोपालरावांनी सुरेख नाजूक 'चेस्ट ऑफ ड्रॉवर' आणलं होतं. सुरेख नाजूक कोरीव काम असल्यामुळे गिरिजानं ते हौसेनं आपल्या खोलीत ठेवून घेतलं होतं. ड्रॉवर्स आणि सुरेख शेल्फही त्याला जोडलेलं होतं. आनंद आपली पुस्तकं त्यावर नीट रचून ठेवू लागला.

त्याच्या हातातून एक पुस्तक निसटलं आणि ड्रॉवरच्या मागच्या बाजूला पडलं. तो पुस्तक काढू लागला, तेव्हा आतल्या ड्रॉवरला एक चोरकप्पा असल्याचं त्याच्या लक्षात आलं. त्यानं पाहिलं, आत एका पांढऱ्या कागदाव्यतिरिक्त आणखी काहीही नव्हतं. त्यानं तो कागद हळूच ओढून बाहेर काढला. ते एक पत्र होतं. एवढं लपवून ठेवलेलं पत्र? कुणी कुणाला लिहिलं असेल ते? त्यानं कुतूहलानं उलगडून पाहिलं– ते प्रेमपत्र– अहं, प्रणयपत्र होतं !

गिरिजाला लिहिलेलं ते पत्र होतं, पण तिच्या पतीनं ते खचितच लिहिलं नव्हतं. खाली 'विजय' म्हणून उल्लेख होता.

आनंद दचकला. कोण हा विजय? याचा आणि गिरिजाचा संबंध काय? त्यानं आश्चर्याच्या भरात पत्र वाचून काढलं.

> 'गिरिजा, काल रात्री तू माझ्या खोलीत आलीस, तेव्हा अंधारातही दिवा उजळल्यासारखं वाटलं. तुझ्या भावजयीनं– अनुपमानं तुला येताना पाहिलं तर नसेल ना? आपण दोघंच हळेयबिडु-बेलूरला गेलो होतो, ते आणखी कुणाला समजलं नाही ना? तुझ्या सहवासातले ते दोन दिवस ! मला तर स्वर्गात असल्यासारखंच वाटत होतं. तुझ्याशी लग्न करून सारं आयुष्य तुझ्या सहवासात काढायला मला आवडेल, पण ते शक्य नाही. कुठं तू आणि कुठं मी ! तूही माझ्यासारखीच एखाद्या साध्या गरीब कुटुंबात जन्मली असतीस, तर किती बरं झालं असतं ! तूच लग्नाला

नकार देत असताना तुझ्या आई कशा तयार होतील? तू म्हणतेस तसं, शक्य आहे तितके दिवस आपण मजेत राहू या. पुढं तू कोण आणि मी कोण! आता मिळेल तितकं सुख अनुभवूया! पुढं आपण दोघंही परस्परांना ओळखही द्यायची नाही! आता तर मी तुमच्या घरी वार लावून जेवणारा आणि भाड्यानं राहणारा मुलगा!

मग रात्री येतेस ना?

- विजय

पत्र वाचून आनंद थिजल्यासारखा झाला. कल्पनेतही अशक्य वाटेल, असं गिरिजाचं चारित्र्य त्याच्यासमोर या पत्राच्या निमित्तानं स्पष्ट झालं होतं. बहिणीचं हे वागणं, तेही जाणूनबुजून!

हे काही एखाद्या क्षणी पाऊल वाकडं पडल्याचं प्रकरण नव्हे. अश्राप कुमारीला कुणीतरी भुरळ पाडून भुलवलंय, असंही नाही. या सर्व प्रकरणात कुणाला कुणी भुलवलंय, हेही खात्रीनं सांगता येण्यासारखं नव्हतं.

त्याच्या मनात आपल्या घरात चालणारे कुलाचार, वेगवेगळे धार्मिक नेम-नियम, नित्य नियमितपणे होणारा दानधर्म, वेगवेगळ्या पूजा-अर्चा, सोवळं-ओवळं आठवून गेलं. आपल्या घराण्यात याआधी कधीही अशा प्रकारची घटना घडली नसेल! या घराण्यात कितीतरी मुलींनी जन्म घेतला असेल, वेगळ्या घरातून कितीतरी मुली सुना म्हणून आल्या असतील. पण असलं नैतिक अध:पतन कधीच झालं नसावं!

असं तरी कसं खात्रीनं सांगता येईल? गिरिजाविषयी तरी आपल्याला कुठं काय ठाऊक होतं? हे पत्र मिळालं नसतं, तर आपलं हेच अज्ञान कायम राहिलं असतं. आपल्या घराण्यात अशीच आणखी किती गुपितं दडलेली आहेत, कोण जाणे!

आनंदला आईची आठवण झाली. बिचारी! आजही नैतिकतेच्या दृष्टीनं किती दृढ आहे ती! तिला हे कळलं तर काय वाटेल? तिच्याशी या संदर्भात बोलावं काय?...

नाही तर आता काय करायचंय ते घेऊन? गिरिजा आपल्या घरी सुखात आहे. जुनं गळू टोकरून तिचं जीवन कशाला कष्टी करायचं? ती आपल्या घरी आणि संसारात सुखी आहे, असं मी म्हणतो, पण तिनं आपली वागणूक सुधारली असेल कशावरून? इथं जशी घरातल्या इतर माणसांना कळू न देता ती वागत होती, तशीच नवऱ्याच्या न कळत वागत नसेल कशावरून?

पत्रात त्या मुलानं लिहिलं होतं, 'तूच लग्नाला नकार देत असताना तुझी आई कशी तयार होईल? शक्य आहे तितके दिवस आपण मजेत राहू या...' या

थराला पोहोचली आहे आपली बहीण !

विचार करून करून आनंदचं डोकं भणभणू लागलं. आपल्या या घरात गिरिजा अशी कशी वागली असेल?

राधक्कांनी आनंदला जेवायला हाक मारली, तरी त्याचं तिकडे लक्ष नव्हतं. त्या त्याच्या खोलीत आल्या, तेव्हा आनंद भिंतीवर नजर खिळवून विमनस्कपणे बसला होता. त्यांनी घाबऱ्या घाबऱ्या विचारलं, 'काय झालं आनंद? गिरिजाचं पत्र-बित्र आलंय की काय?'

'आई, तुझ्याशी थोडं बोलायचंय. तुला काय वाटेल कोण जाणे, पण आपल्या घराण्याशी संबंध आहे, म्हणून बोलतो.'

'काय, रे?'

'गिरिजाची काय कथा आहे? तिचं वागणं कसं होतं?'

त्या गप्प बसल्या.

'आई, तुला ठाऊक आहे की नाही?'

'पण आता तो प्रश्न आलाच का? आता सुखात आहे ना ती?'

म्हणजे राधक्कांना ठाऊक असलं पाहिजे.

'सांग, ना !'

राधक्कांची या विषयावर बोलण्याची मुळीच इच्छा नव्हती. त्या म्हणाल्या, 'मागच्या गोष्टी घेऊन काय करायचंय? आता जेवायला चल !'

याचा अर्थ त्यांना सगळं ठाऊक आहे!

'आई, माझी शपथ आहे ! तू रोज पूजा करतेस, त्या लक्ष्मीदेवीची शपथ आहे – तू सांगितल्याशिवाय मी जेवायला उठणार नाही !'

जड अंत:करणानं राधक्का म्हणाल्या, 'असा हट्ट केलास तर काय करू मी? आता असा हट्ट करून तरी काय मिळणार आहे? आपल्या मागच्या आऊट हाऊसमध्ये दोन मुलं भाड्यानं राहायची, तुला आठवतं काय? गिरिजाची त्यांच्याशी बरीच सलगी होती.'

'फक्त सलगी?'

'आनंद, मला समजलं तेव्हा बराच उशीर झाला होता. म्हणूनच घाईनं तिचं लग्न ठरवलं.'

'त्याच मुलाशी का तिचं लग्न लावून दिलं नाहीस?'

'अरे, वार लावून शिकणारा तो मुलगा ! आपण धर्मार्थ म्हणून त्याला आऊट हाऊसमध्ये राहायला जागा दिली होती. इतक्या गरीब घरी कशी द्यायची तिला? गरीबाघरची सून आणावी आणि श्रीमंत घरी मुलगी द्यावी म्हणतात ! ठाऊक नाही काय तुला? शिवाय जातीही वेगवेगळ्या होत्या. लोक काय म्हणतील !'

‘आई, या साऱ्या पलीकडचं प्रेम असतं ना? तिला तू कशी लग्नाला तयार केलीस?’

‘कशी म्हणजे? लग्नाचा विषय काढल्यावर ती तयारच झाली. मी जबरदस्ती करायचा प्रश्नच नव्हता. मग या मुलांनाही मी जागा रिकामी करायला सांगितलं. गिरिजालाही आपल्या थरातलीच मुलं पाहिली ! तिनं एकाही मुलाला नकार दिला नाही.’

आनंदला सारं ऐकून धक्काच बसला. आईला सगळं ठाऊक असून तिनं तिकडं दुर्लक्ष केलं !

राधक्कांनी आनंदच्या हातातलं पत्र पाहून विचारलं, ‘तुला ही हकीकत कुणी सांगितली?’

‘आणखी कुणाकुणाला हे ठाऊक होतं?’

‘मला आणि नंतर अनुपमालाही समजलं होतं. अनुपमानंच तुला पत्र लिहून कळवलं वाटतं !’

‘अनुपमा?’

आनंदला आता अनुपमाची आठवण वेगळ्याच संदर्भात झाली.

तिचं सौंदर्य पांढऱ्या डागांमुळे डागाळेल या भीतिपोटी आपण तिला सोडली. पण इथं तर चारित्र्यावरचे मोठाले डाग सोवळ्याच्या रेशमी वस्त्राखाली झाकायची धडपड चालली आहे ! चारित्र्यावरचा गलिच्छपणा झाकून गिरिजा सुखात संसार करत आहे !...

त्याला आणखीही गोष्ट तीव्रपणे जाणवली– जे आपल्याला आज जाणवलं, ते अनुपमाला त्याच वेळी जाणवलं नसेल काय? पण तिनं इतक्या कठीण परिस्थितीतही गिरिजाचं प्रकरण आपल्याला लिहून कळवलं नाही. तिनं स्वत:च्या परिस्थितीविषयी पत्रं लिहिली, पण याविषयी मात्र मौन पाळलं. आपल्या घरातलं सोवळं-ओवळं, देव-धर्म, आचाराचं स्तोम, सारं किती अर्थहीन आहे ! या पार्श्वभूमीवर मनानं निर्मळ राहून केवळ निसर्गाच्या अवकृपेमुळे रूपहीन होणाऱ्या अनुपमेला अपवित्र मानण्यात काय अर्थ आहे? जाणीवपूर्वक स्वैराचाराचा अवलंब करणाऱ्या गिरिजेचं सौंदर्य कितीही निष्कलंक असलं, तरी काय अर्थ आहे? घरातल्या लहान मुलांना सद्‌चारित्र्याविषयी सतत सांगितलं जातं. ते त्यांच्या मनावर ठसावं, म्हणून काही कथा रचून सांगितल्या जातात. प्रत्यक्ष जीवनात मात्र तद्‌विरुद्ध गुणांना प्राधान्य दिले जातं– किती विपर्यास हा ! चारित्र्यहीनता म्हणजे सर्वस्वनाश असं एकीकडे मुलांना शिकवायचं आणि दुसरीकडे मात्र चारित्र्याला क:पदार्थ मानायचं. स्वैराचारातला आनंद लुटण्यासाठी आपलं तारुण्य उधळणारी गिरिजा जीवनात काहीही न गमावता सुखानं राहत आहे, हा केवढा दुर्दैवविलास ! तिला चांगला नवरा मिळालाय, तिला

मातृत्व लाभलंय, समाजात तिला मान-सन्मानही लाभला आहे. उलट अनुपमा? तिला पतीचा सहवास लांब राहिला, त्याचं दर्शनही नाही! त्याच्या घरातून तिला पूर्णपणे हुसकून काढण्यात आलं आहे. ती एका परित्यक्तेचं जीवन जगत आहे ! तिला समाजात स्थान नाही... सगळे तिला टोचून बोलत असतील.

अशा परिस्थितीत कशी जगत असेल अनुपमा?

केवळ विचारानंच आनंदचं सर्वांग थरकापलं. कुठल्याही अर्थानं ज्याला ती जबाबदार नाही, अशा कोडासाठी तिला अशा परिस्थितीत राहावं लागतंय... मीच तिच्या या जीवनाला जबाबदार नाही काय? त्यावेळी मला हा सारासार विचार का सुचला नाही? अशा परिस्थितीत आज मी तिला बोलावलं, तर ती कशी येईल?

कदाचित असंही होईल– एवढ्या दिवसांत परित्यक्तेचं जीवन जगता-जगता ती थकून गेली असेल. समाजाकडून मिळणाऱ्या वागणुकीमुळे वैतागलेली अनुपमा आपण बोलावताच निश्चित येईल. कदाचित लगेच मनातला राग जाणार नाही त्यावेळी मात्र आपल्याला तिची समजूत काढावी लागेल. मृदू स्वभावाची अनुपमा कदाचित फार ताणणारही नाही. आपल्यालाही तिला दाखवून द्यावं लागेल, आपणही केवळ बाह्यसौंदर्यावर भुलणारे नाही–

या विचारासरशी आनंदचं मन तरारलं. तो निर्धारानं उठून उभा राहिला. राधक्का आश्चर्यानं त्याच्याकडे पाहू लागल्या.

'आई, अनुपमाच्या घरी जाऊन तिला घेऊन येतो.

◆ ◆ ◆

दिवाळीसाठी सत्त्या म्हैसूरला गेला. त्याचं तिथं घर होतं. आई-वडील-बहिणी त्याची वाट पाहत होता. निघताना सत्त्यानं अनुपमाच्या मदतीनं बहिणींसाठी साड्या घेतल्या. त्यानं कितीही आग्रह केला, तरी अनुपमानं त्याच्याकडून साडीची भेट स्वीकारली नाही. 'मी आनंदानं राहावं अशी तुमची मनापासूनची इच्छा असेल, तर मला तुम्ही कुठलीही भेट स्वीकारण्याचा आग्रह करू नका.' सत्त्याचा चेहरा उतरून गेला.

वसंत म्हणाला, 'सत्त्याची तुम्हांला दिवाळीसाठी भेट द्यायची इच्छा आहे. सत्त्या, तू फटाके आणि फुलबाज्या आणून दे. मला वाटतं, तुम्ही सत्त्याची ही भेट नाकारणार नाही !'

सगळे हसले. सत्त्यानं खरोखरच फटाके, फुलबाज्या, भुईनळे, भुईचक्रं वगैरे आतिशबाजीचं सामान आणून दिलं. यावर अनुपमाही नकार देऊ शकली नाही.

एवढा दारूगोळा एकटी अनुपमा कशी उडवणार? सत्त्या वसंत नसताना तिला म्हणाला, 'वसंत दिवाळीत कुठंही जाणार नाही. एकटाच खोलीवर राहील.'

ती म्हणाली, 'का बरं? दिवाळीच्या दिवशी माझ्या विद्यार्थिनींबरोबर मी त्यांनाही जेवायला बोलावणार आहे.' तिनं नंतर वसंतलाही सांगितलं, 'डॉक्टर, दर दिवाळीला मी माझ्या मैत्रिणींना घरी जेवायला बोलावते. त्यावेळी तुम्हीही या. आपण फटाके उडवू या.'

वसंतलाही बरं वाटलं. तसा तो एकांत-प्रिय असला, तरीही दिवाळीसारख्या सणाच्या दिवशी आईची आठवण येऊन त्याचं मन खिन्न व्हायचं. गरिबीतही तुंगक्का मोठ्या कौतुकानं छोट्या वसंताला न्हाऊ घालायच्या. किती झालं तरी वसंतला ते न्हाणं विसरणं अशक्य होत असे.

दिवाळीच्या दिवशी दुपारीच वसंत अनुपमाच्या घरी आला. येताना त्यानं तिच्यासाठी बर्नार्ड शॉच्या नाटकाची पुस्तकं आणली होती.

अनुपमा नेहमीप्रमाणे हसतमुख होती. मनात काहीही चलबिचल झाली, तरी हसतमुख राहायची तिनं स्वत:ला सवय लावून घेतली होती. वसंतला वाटलं, हिच्या मनाची खोली केवळ त्या परमेश्वरालाच मोजता येईल !

त्यानं तिला विचारलं, 'ठरल्यापेक्षा मी लवकर आलो. तुमच्या कामात काही अडचण नाही ना?'

'छे: ! सकाळीच मी सारी कामं उरकून घेतली आहेत.'

'ही नाटकं पाहा– तुमच्यासाठी आणली आहेत.'

'तुम्ही का आणली?'

'माझी आई सांगायची ते आठवलं. ती म्हणायची, रिकाम्या हाती जाऊन स्नेह्यांना कधीही छळू नये.'

अनुपमा निरुत्तर झाली. तिच्या ड्रॉईंगरूममधून बाहेरची मृदू कॉसमॉसची फुलं दिसत होती. केशरी फुलांचे लहान-मोठे घोस लोंबत होते. त्यांचे मंद हवेवरचे झोके सुरेख दिसत होते.

वसंत पुढं म्हणाला, 'आईचा उपदेश विसरणं अशक्य आहे ! तुम्हांला नाही तसं वाटत?'

'काय सांगू मी? डॉक्टर, मला तर आईला पहिल्याचंच आठवत नाही. मला वाटतं, जगात आपण काही गोष्टी गमावतो– सोनं, चांदी, पैसा वगैरे ! पण आईसारख्या व्यक्तीला गमावलं, तर ते आयुष्यभराचं नुकसान असतं. अशी जवळची व्यक्ती जाणं म्हणजे प्रेम, विश्वास, अंत:करणाचं नातं गमावणंच ! आयुष्यात गमावलेल्या कितीतरी गोष्टी मिळवता येतील; पण आई गमावलेलं मूल आयुष्यभर अनाथच राहातं...'

बहुतेक अनुपमा आपल्या जीवनाविषयी बोलत असावी. मुंबईला आल्या-

आल्या नोकरी मिळाल्यावर ती दरमहा वडिलांना तीनशे रुपये पाठवत होती. पण नंतर ती एकदाही गावी गेली नाही. जावंसं वाटलंही नाही. इथल्या सुखदु:खांविषयी तिनं कधीही वडिलांना लिहिलं नाही. पगार झाल्या-झाल्या पैसे मात्र न चुकता पाठवत होती.

शामण्णांची परिस्थिती अवघड होती. त्यांना लेकीची आठवण होत असली, तरी त्यामुळं मनाला क्लेश होत होते. आज ना उद्या आनंदचं मन बदलेल आणि तो अनुपमाला बोलावून घेईल, अशी आशा मनात ठेवून ते जगत होते. नवऱ्यानं सोडलेली पत्नी म्हणजे माहेरचा कलंक, अशी त्यांची भावना होती. त्यामुळे तिनं पाठवलेल्या पैशांची पोच देतानाही ते लिहीत– 'तू आर्थिक दृष्ट्या स्वतंत्र झालीस, तरी माझ्या मनात खंत आहेच. जेव्हा आनंद तुला बोलावून घेतील, तेव्हा तू आढेवेढे न घेता त्यांच्या घरी गेलं पाहिजेस ! सासरच्या माणसांवर राग धरण्याचा आपल्याला हक्क नाही, हे तू विसरू नकोस–'

वडिलांची अशा अर्थाची पत्रं वाचून अनुपमाच्या मनात पराकोटीचा तिरस्कार निर्माण होत असे.

एक दिवस अचानक एक तार आली आणि याही सगळ्या प्रकाराची इतिश्री झाली. तारेत शामण्णांचा हृदयाघातानं मृत्यू झाल्याची बातमी होती. त्यांच्या निमित्तानं गावाकडे जो बारीक धागा होता, तोही तुटून गेला होता. वडिलांच्या या मृत्यूला आपलं जीवनही कारणीभूत झालं असेल, या विचारानं तिच्या डोळ्यांमधून अश्रू वाहिले, तेवढंच ! त्यानंतर तिच्या डोळ्यांमधून अजिबात पाणी आलं नाही. तिच्या दु:खद जीवनपटात आणखी एका धाग्याची भर पडली होती, एवढंच.

वडील नसलेल्या गावी आता जाऊन तरी काय करायचं? अनुपमा गावाकडे गेलीच नाही. वडिलांचे दिवस-कार्य करण्यासाठी तिनं शिल्लक ठेवलेल्यातले हजार रुपये आईच्या नावे पाठवले.

आश्चर्य म्हणजे त्यानंतर मात्र सावक्कांकडून चार पानी लांबलचक पत्र आलं ! 'संसार म्हटला की कमी-जास्त होणारच. तू इथं असताना आमच्या वागण्या-बोलण्यात चूक झाली असेल. तुझ्या संसाराचं असं झाल्यामुळे आम्हांलाही दु:ख झालं. त्यामुळे तोंडून काही भलं-बुरं गेलं असेल. मोठं मन करून तू तिकडे दुर्लक्ष कर. मुंबईसारख्या गावात तू एकटी राहातेस. सोबतीची गरज असेल, तर नंदाला पाठवून देते. मी माझ्या माहेरी राहायला जाणार आहे. वसुधा-नंदासाठी स्थळं शोधायला माझा भाऊ मदत करेल. तू मात्र वडील नसलेल्या धाकट्या बहिणींकडे लक्ष दिलं पाहिजेस. वडील नाहीत म्हणून दर महिन्याला पैसे पाठवायचं विसरू नकोस–' वगैरे वगैरे !

ज्या अनुपमाला पाहताच 'नवऱ्याला सोडून आलीस', 'अपशकुनी मेली !'

'घराला तुझ्या रूपानं शनी लागलाय !' वगैरे मुक्ताफळं उधळली जायची, दररोज डोळ्यांतून पाणी गाळल्याशिवाय घासभर अन्न मिळायचं नाही, त्या अनुपमाला मन मोठं करून झालं-गेलं विसरून जायचा उपदेश केला जात होता ! कारण आता ती मिळवती होती ! पत्र वाचून अनुपमाला किळस आली.

तरीही तिनं स्वत:ला सावरलं. आपण त्या घरासाठी पैसे पाठवले पाहिजेत. वडिलांची ती जबाबदारी ! आपणही जमेल तेवढी पेलायची, असा विचार करून ती दरमहा दोनशे रुपये पाठवू लागली. पण सोबत पत्र लिहायचा किंवा गावी जायचा विचार मात्र तिनं समूळ उपटून जाळून टाकला होता.

अनुपमाला आपल्याच विचारात गढून गेलेलं बघून वसंतला आश्चर्य वाटलं. प्रत्येकानं मनातल्या प्रत्येक बारीकसारीक विचाराला शब्दरूप द्यायचं कारण नसलं, तरी त्याला वाटलं, दिवाळीमुळे हिच्या मनात कुठले विचार जागृत झाले, कोण जाणे !

'डॉक्टर, सौंदर्य म्हणजे काय? तुमचं काय मत आहे?'

अनुपमेच्या या अनपेक्षित प्रश्नामुळे वसंत चमकला. तो हसत म्हणाला, 'हे पाहा, माझं मत सर्वसंमत नसेल कदाचित ! मी काही तत्त्वज्ञ नाही. माझा सामान्य अभिप्राय आहे–'

'म्हणूनच विचारलं मी.'

खिडकीतून बाहेरची वाऱ्यावर डोलणारी फुलं दिसत होती. तिकडे बोट दाखवून वसंत म्हणाला, 'सृष्टीच सौंदर्याचा गुरू, माता ! किती विविध प्रकारची फुलं निसर्गात फुलत असतात ! मानवाच्या कल्पनेतही येणार नाहीत, इतक्या विविध रंगांची तिथं उधळण असते. किती विविध, मनाला खेचून घेणारे आकार ! निळ्या आकाशात पांढऱ्या शुभ्र ढगांचं मनमोहक नृत्य ! पावसाळ्यात सर्वत्र हिरव्या विविध रंगाची छटा ! त्यात सुंदर पशु-पक्षी-फुलपाखरं-कीटक, सगळंच माणसाच्या दृष्टीनं कल्पनातीत आहे !'

अनुपमा लक्ष देऊन ऐकत होती.

'मानव स्वत:ला सौंदर्याचा उपासक मानून नटतो, पण मानवी सौंदर्य केवळ तारुण्य-काळाशी सीमित आहे. भर तारुण्यात सौंदर्याच्या मस्तीत वावरणारे, तारुण्य सरलं की पडलेले दात, पांढरे केस, सुरकुतलेली कातडी, ओसरलेला बांधा यामुळे सौंदर्यविहीन होऊन जातात. उलट निसर्गाचं सौंदर्य चिरयौवनेप्रमाणे असतं. मागं मी मित्रांबरोबर हिमालयात फुलांच्या दरीत गेलो होतो. थोडा दुर्गम प्रवास होता. तिथं दरवर्षी जुलै-ऑगस्ट महिन्यांत लक्षावधी फुलं उमलतात ! ती पाहताना मात्र मानवाचं बाह्यसौंदर्य सत्त्वहीन वाटू लागतं.'

वसंत थांबला. त्याला आणखी बोलायचंय हे जाणवून ती म्हणाली, 'बोला तुम्ही.'

'माणसाचं सौंदर्य त्याच्या रूपापेक्षा गुणांवर अवलंबून असतं. कुठं आणि कसं जन्मायचं, हे कुठं आपल्या हातात आहे? तसंच, गोरा रंग आणि रूपही आपल्या हातात नाही. पण शुद्ध निष्कल्मश मन आपल्याकडे असलं पाहिजे !...'

एरवी अगदी थोडं बोलणारा वसंत बरंच बोलला.

त्याच वेळी अनुपमाच्या विद्यार्थिनींचा घोळका आला. अनुपमाच्या दृष्टीत अगम्य भाव दाटले होते. आनंदच्या मनात कधीच अशी सौंदर्याची कल्पना आली नव्हती ! शिक्षणात तो बुद्धिमान असला, तरी विचारांमध्ये हा विवेक कधीच दिसला नव्हता. त्यालाही अशा नैसर्गिक सौंदर्याचा साक्षात्कार झाला, तर किती बरं होईल !

अनुपमा पटकन भानावर आली. आनंदच्या दिशेनं झुकत असलेल्या ओढाळ मनाला तिनं आवर घातला आणि ती आपल्या विद्यार्थिनींची वसंतशी ओळख करून देऊ लागली, 'विनिता, रेखा, शशी, डॉक्टरांशी ओळख आहे ना?'

'तुमच्या ॲक्सिडेंटनंतर ओळख झालीय ना !'

मुली फटाके-फुलबाज्या उडवण्यासाठी हसत-खिदळत बाहेर वळल्या. अनुपमाही त्यांच्यामध्ये पुढाकार घेत होती, लाल-निळ्या-हिरव्या उजेडात साधेपणात नटलेली अनुपमा आणखी साधी दिसत होती.

◆ ◆ ◆

आनंद पहिल्यांदा आपल्या सासुरवाडीला निघाला होता. कितीतरी वर्षांनंतर सासुरवाडीला जाणाऱ्या इतर जावयांमध्ये आणि आनंदमध्ये खूपच फरक होता. मनातलं दुःख, उद्वेग आणि शरम यामुळे आनंद अंतर्मुख झाला होता. लग्नाच्या वेळी त्यानं त्या खेड्याचं नाव ऐकलं असलं, तरी प्रत्यक्ष कधीच पाहिलं नव्हतं. तसा प्रसंगच आला नव्हता. पत्र लिहीत बसण्यापेक्षा स्वतःच जाऊन अनुपमाला घरी घेऊन यायची त्याची इच्छा होती. तिनं काहीही म्हटलं, ती कितीही रागावली, तरी विश्व-प्रयत्न करून तिची समजूत काढून तिला घेऊन यायचंच, असं त्यानं ठरवलं होतं.

खेड्यातल्या शाळेसमोरच्या धुळीनं भरलेल्या रस्त्यावर त्याची आलिशान गाडी उभी राहाताच शाळेसमोर धुळीत खेळणारी मुलं तिकडे धावली. असल्या खेड्यात एवढी मोठी गाडी कुणाची आली असेल, या उत्सुकतेनं हेडमास्तरही बाहेर आले. त्यांनाच आनंदनं विचारलं, 'मागं इथं शामण्णा मास्तर होते ना? कुठं राहतात ते?'

नव्यानं आलेल्या हेडमास्तरांनी धुळीनं भरलेली खुर्ची पुसली आणि 'मला

ठाऊक नाही ! इथं एक जुने मास्तर आहेत, त्यांना विचारतो. अरे-' म्हणत त्यांनी एका मुलाला पिटाळलं.

शामण्णा मास्तरांची तालुक्याच्या गावाला बदली झाल्याला अनेक वर्षं झाली होती. त्यानंतर त्यांच्यापैकी कुणी आलं नाही किंवा भेटलं नाही, त्यामुळे कुणालाच त्यांची माहिती नव्हती.

आनंद निराश झाला. तालुक्याचं नाव विचारून तो लगेच तिथून निघाला. गाडी निघून गेल्यावर हेडमास्तरांना वाटलं, घाईत आपण त्यांचं नावच विचारायला विसरलो ! त्यांचं काय नाव होतं कोण जाणे !

आनंदनं गाडी तशीच तालुक्याच्या दिशेनं हाकली. तालुक्याच्या गावात अनुपमा काय करत असेल? आपल्याला पाहताच तिला आनंद वाटेल, की आश्चर्य? कदाचित ती आधी संतापेलही. आणि त्यात आश्चर्यही नाही.

मनातली अपेक्षा आणि वास्तव यात फारच कमी वेळा साम्य आढळतं. गाव जवळ येऊ लागलं, तसं आनंदच्या छातीत धडधडू लागलं. शामण्णांना काय वाटेल आपल्याला पाहून? ते आपल्याकडे तुच्छतेनं किंवा निर्विकारपणे बघतील. आणि अनुपमा?... त्याचे ड्राईव्ह करणारे हात स्तब्ध झाले.

आनंदनं स्वत:ला समजावलं, 'आपल्याकडून चूक झाली आहे. त्यासाठी अनुपमाची क्षमा मागून तिची समजूत काढणं, एवढंच आपल्या हातात आहे. ती सुरुवातीला रागावली, तरी त्यानंतर शांत होईल...

आनंदनं तिथल्या शाळेपुढे गाडी उभी केली. ऑफिसमध्ये जाऊन त्यानं सांगितलं, 'मला शामण्णा मास्तरांना भेटायचंय.' लिहीत असलेल्या क्लार्कनं मान वर करून पाहिलं आणि सांगितलं, 'तुम्ही त्यांना भेटू शकणार नाही !'

'फार महत्त्वाचं काम आहे, मी आनंद आलोय म्हणून सांगा.'

क्लार्कनं पेन बंद करून विचारलं, 'तुम्ही त्यांचे कोण?'

'थोरला जावई.'

'असं? मग तुम्हांला समजलं नाही?'

हा माणूस अनावश्यक तपशिलात शिरत आहे, असं वाटून आनंद वैतागला. 'हे पाहा, माझं त्यांच्याकडे अर्जंट काम आहे. कुठं आहेत ते?'

'वारले ना ! म्हणूनच म्हटलं. तुम्ही त्यांचे थोरले जावई असून तुम्हांला हे ठाऊक नाही? विचित्रच म्हणायचं!'

आनंद चकित झाला. याची त्यानं कल्पनाही केली नव्हती.

'त्यांचं कुटुंब? मुलं?'

क्लार्कनं सांगितलं, 'आम्हांला काही विशेष ठाऊक नाही. त्यांची बायको

मुलींना घेऊन मिरजजवळच्या कुठल्याशा खेड्यात माहेरी गेल्या. तिथंच राहतात. एकदा सगळ्या ॲरिअर्सच्या कामासाठी येऊन गेल्या, तेवढंच !'

म्हणजे अनुपमा सावत्र आईच्या माहेरी राहते? छे: !

'त्यांची थोरली मुलगी अनुपमा नावाची होती ना?'

क्लार्कला सारंच मनोरंजक वाटलं. नवराच बायकोची चौकशी करत आलाय ! शामण्णा मास्तर घरातला कुठलाही विषय शाळेत बोलायचे नाहीत. ते या शाळेत फार दिवस राहिलेही नव्हते.

'हं ! म्हणजे तुमच्या बायकोविषयी विचारताय तर !'

क्लार्कच्या उद्धटपणाचा राग आला तरी आनंद गप्प बसला; कारण अनुपमेविषयी काही माहिती कळली तर ती याच्याकडूनच समजणार होती.

'मला ठाऊक नाही, पण पाहिजे तर खारे मास्तरांना विचारून घेता येईल.'

आनंदला परिस्थितीचा वैताग आला. पतीला पत्नीविषयी माहिती मिळवण्यासाठी चौथ्या माणसाची गरज पडावी ना ! खारे मास्तर काही मिनिटांतच आले, पण आनंदला प्रत्येक क्षण युगासारखा भासत होता.

'त्यांच्या थोरल्या मुलीला कोड किंवा त्यासारखाच काहीतरी रोग होता म्हणे ! म्हणून ती घर सोडून निघून गेली म्हणे. काहीजण सांगत होते. तिनं गाडीखाली जीव दिला म्हणून. खरं काय ते आम्हालाही ठाऊक नाही. त्यांच्या घरच्याविषयी शाळेत कुणालाच काही ठाऊक नसायचं. चुकून विषय निघाला, की त्यांच्या डोळ्यांत पाणी यायचं. उगाच तो विषय काढून त्यांना का दु:ख द्यायचं? खरं की नाही !'

संपला ! अनुपमाचा शोधच संपला. या विशाल जगात ती जिवंत आहे, की नाही कोण जाणे ! कुठं आहे कोण जाणे ! एक मात्र खरं, आपण अनुपमाला योग्य वेळी मदत न केल्यामुळे तिच्या जीवनाची अशी दुर्दशा झाली ! आनंदचे डोळे पाण्यानं भरले. आपणच तिच्या नाशाला कारणीभूत आहोत. आपण आपल्या बलिष्ठ बाहूंचा आधार देऊन त्या सुकोमल पुष्पाचं रक्षण करण्याचा शब्द दिला होता. केवळ या रोगामुळे आपण तिला मृत्यूच्या तोंडापर्यंत लोटून दिलं. अशा पापाला कितीही पूजा-अर्चा-जप-जाप्य केलं, तरी परिहार नाही. लोकांचा विचार करून आणि प्रतिष्ठेच्या कोरड्या कल्पनांना बळी पडून मी प्रत्यक्ष पत्नीलाच सुळावर चढवलं ना ! आता आयुष्यात कुठं आणि कशी मन:शांती मिळेल? आयुष्यातल्या या चुकीला क्षमाच नाही काय?...

◆ ◆ ◆

'डॉक्टर, संध्याकाळी सहा वाजता मला भेटाल काय? शक्य आहे? घरी वाट पाहते ! अनुपमा.'

वसंत पुन्हापुन्हा त्या चिठ्ठीकडे पाहत होता. अनुपमानं ही चिठ्ठी का पाठवली असेल?

सत्त्या काविळीच्या आजारातून उठला, तो एक वेगळा तरुण होऊनच! पूर्वीचा सत्त्या 'असत्य' भासण्याइतका हा फरक प्रभावी होता. विद्या आपल्या पतीबरोबर परदेशी निघून गेली होती. सत्त्या त्याला सांगत होता, 'वसंत, मी पूर्वी अनुपमाविषयी जे समजत होतो, त्यापेक्षा ती खूपच वेगळी आहे! तिचा जीवनाकडे बघण्याचा दृष्टिकोनच वेगळा आहे. तिच्याकडे पाहिलं की वाटतं, आपण अनुभवलेलं दु:ख आणि वेदना तिच्या दु:खापुढे काहीच नाही. सुख, आनंद, वैभव, सुदैव यांचा अनुभव काही काळ घेऊन, त्यानंतर तिनं अस्थिर आणि दुर्दैवी जीवनाचा अनुभव घेतला. मला तर तिच्याविषयी पराकोटीचा आदर वाटतो !'

'म्हणूनच मी तुला त्याही वेळी सांगत होतो, तिचं बाह्यरूप पाहून 'बिचारी!' 'पुअर गर्ल'– वगैरे म्हणू नकोस.'

'खरंय ! तिला सर्वार्थानं जाणून घेऊन तिचा जीवनसाथी म्हणून स्वीकार करणारा खरोखरच नशीबवान असेल, असं मला वाटतं.'

वसंत अनुपमाच्या घरी जायला निघाला. ती त्याचीच वाट पाहत होती.

'डॉक्टर, मी तुम्हांला का निरोप पाठवला असेल, याची तुम्हांला कल्पना येणं शक्य नाही. मी स्वत:च तुम्हांला भेटायला येणार होते. पण काही गोष्टी अशा ठिकाणी फार स्पष्टपणे बोलता येत नाहीत. तिथं येणारी-जाणारी माणसं असतात. त्यामुळे अर्थाचा अनर्थ होऊ शकतो.'

अनुपमाला एकांतात काय सांगायचं असेल? वसंतचं मन उत्सुक झालं होतं.

क्षणभर थांबून अनुपमानं पायांत चप्पल चढवत म्हटलं, 'चला–'

दिवस मावळून अंधार पडत होता. बांद्र्याच्या समुद्रकिनाऱ्यावर तुरळक माणसं होती. दोघंही चालत होते.

'डॉक्टर, माझी एक छोटीशी आशा आहे. माणसाचा मूळ स्वभाव आशेवरच आधारला आहे की काय, कोण जाणे ! तुम्ही मला मदत केलीत, तर माझी आशा पूर्ण होईल!'

काय असेल ते?– वसंत विचारात पडला.

'ही मदत केवळ तुम्हीच करू शकाल. सत्त्या करू शकणार नाही.'

'कसली मदत? मी नाही समजलो.'

'डॉक्टर, तुमच्या मेडिकल इंटरनॅशनल कॉन्फरन्समध्ये करमणुकीचे काही कार्यक्रम ठेवणार आहेत ना? ते टाटा थिएटरमध्ये सादर केले जाणार आहेत, असं समजलं. फार वर्षांपासूनची माझी एक इच्छा आहे, 'स्वप्नवासवदत्ता' टाटा थिएटरमध्ये सादर करायचं ! तुमचे एक खास पेशंट या कॉन्फरन्सचे आजीव सदस्य आहेत, असं समजलं. मी तुमचा वशिला लावत नाही, डॉक्टर ! त्यांना एकदा आमचं नाटक पाहू द्या. त्यांनी जर कॉन्फरन्ससाठी हे नाटक निवडलं, तर आमच्या ग्रुपलाही मोठा अभिमान वाटेल!'

अनुपमा उत्साहानं बोलत होती, पण वसंतचा उत्साह ओसरला होता.

'ही संधी मिळाली, तर आमच्या मुलांना इतका उत्साह वाटेल, की काही विचारू नका ! तुम्हांला हे विचारायचा मला संकोच वाटतोय. पण एकदा तुम्ही मोजवानी साहेबांना आमचं नाटक बघायला काहीतरी करून घेऊन या. त्यांना नाटक पसंत असेल, तर आम्ही तुमच्या डीननाही भेटू.'

'तुम्हांला हे कुणी सांगितलं? मोजवानी माझा पेशंट आहे खरा. मी काही त्याच्यावर विशेष उपचार केले आहेत, असंही नाही. त्याच्याशी माझी ओळख आहे, पण–'

'डॉक्टर, सत्यांनी सांगितलं हे. तुम्ही म्हणाल, तर तेही तुमच्याबरोबर यायला तयार आहेत. तुमच्या हातगुणावर मोजवानीचा विशेष विश्वास आहे, म्हणत होते ते. तुमचा शब्द मोजवानी कधीही डावलणार नाहीत, असं सत्यांना वाटतं.'

'ठीक आहे. मी प्रयत्न करेन. मी पेशंटसूची तीन भागांत विभागणी करतो. आजारी असताना अतिनम्रपणे वागतात, पण एकदा प्रकृती चांगली झाली, की रस्त्यात ओळखसुद्धा दाखवत नाहीत, असा एक प्रकार ! त्यांच्याकडे माझं काही काम निघालंच, तर ही मंडळी मदत तर करत नाहीतच, उलट काम होणार नाही असं पाहतात!'

'दुसरा प्रकार?'

'दुसऱ्या प्रकारचे रोगी आजारपणात आवश्यक तेवढे नम्रपणे वागतात. त्यांच्यापाशी मी आपण होऊन काही काम घेऊन गेलो, तर मदत करतात, पण आपण होऊन 'याला काही मदत करू या' असा विचार करत नाहीत. ह्या माणसांना कृतघ्न म्हणता येणार नाही, एवढंच !'

अनुपमा हसली, 'आणि तिसऱ्या प्रकारचे रोगी?'

'रोग नाहीसा झाला, तरी पुढंही माझ्या वैद्यकीय सेवेची आठवण ठेवतात ! मी नेहमीप्रमाणे दिलेल्या ट्रीटमेंटच्या उपकाराचं ओझं सतत वाहतात ! पण अशी माणसं अत्यंत कमी असतात. मी अशा केवळ दोघांचीच नावं आता सांगू शकेन. त्यातलाच एक मोजवानी. मला काही ना काही अडचण असल्याचं

तिसऱ्या माणसाकडून जरी त्यांना समजलं, तरी ते आपण होऊन मदत करतात. मी तोंड उघडून मागण्याची गरजच नाही. तेच उलट मागं लागतात डॉक्टर, तुम्ही कुठं दवाखाना काढणार आहात? तुम्हांला ऑनररी पोस्ट हवी काय?... वगैरे. मी 'काही नको' म्हणून सांगितलं, तर तेच खिन्न होतात! अजूनही वाटतं, मी त्यांच्यासाठी काहीही विशेष केलेलं नाही. ते त्यांच्याच स्वभावाचं वैशिष्ट्य आहे.'

'आणि दुसरं नाव कुणाचं?'

'तुमचं! आणखी कुणाचं असणार? तुम्ही सत्त्याला आजारपणात सांभाळलंत! तुम्ही एकट्या, त्यांत स्त्री. पण तुम्ही त्याची सारी जबाबदारी अंगावर घेतलीत! निष्काम भावनेनं त्याची सेवा केलीत! पण माझं एक तुमच्याकडचं काम तसंच राहिलंय–'

'कुठलं काम?'

'मी मुंबईला येऊन वैद्यकीय शास्त्राचं शिक्षण घेतलं. इथं राहून अनुभवही घेत आहे. पण माझं एक काम मात्र अपूर्ण राहिलंय.'

अनुपमा स्तब्ध होऊन त्याचं बोलणं ऐकत होती.

वसंत आवेगानं म्हणाला, 'अनुपमा, माझ्या पुढच्या जीवनात, माझ्या खेड्यातल्या घरात, खेड्यातल्या गरीब गावकऱ्यांची सेवा करण्यात तुम्ही मला साथ द्याल?'

अनुपमा अवाक् झाली. तिनं कधीच याची अपेक्षा केली नव्हती. तिनं वसंतकडे अशा दृष्टीनं पाहिलं नव्हतं, तसा विचारही केला नव्हता. तिच्या मन:पटलावरून अनेक घटना तरळून गेल्या.

वसंत आतुरतेनं तिच्या उत्तराची वाट पाहत होता. समोरची अनुपमा त्याला 'महाश्वेता' अनुपमा दिसत नव्हती, बुद्धिवंत आणि धारिष्ट्यवान अनुपमाही दिसत नव्हती, केवळ मन आणि हृदयाच्या दृष्टीनं आगर्भ श्रीमंत असलेली अनुपमा त्याच्यासमोर होती! इतरांसाठी स्वत:चं सारं बाजूला सारणारी अनुपमा! स्वत: हसतमुख राहून केवळ आनंद वाटण्याचंच व्रत घेतलेली अनुपमा! ही आज आपल्या हातून निसटली, तर पुन्हा दुसरी अनुपमा कुठून मिळणार?

अनुपमा मोकळेपणे हसली. तिच्या सुंदर डोळ्यांमधून पाण्याचे थेंब ओघळले. तिनं डोळे टिपले आणि म्हणाली, 'हे तुम्ही कुणाला विचारत आहात, याची तुम्हांला कल्पना आहे? तुम्हांला माझ्याविषयी काय ठाऊक आहे? हा पाहा डॉक्टर, गेल्याच आठवड्यात माझ्या कानामागं आणखी एक पांढरा कोडाचा डाग उमटला आहे! आणखी काही दिवसांतच माझा सगळा चेहरा कोडानं भरून जाईल. तेव्हाही तुम्हांला माझ्याविषयी हीच भावना जाणवेल काय?'

'अनुपमा, माझ्या दृष्टीनं तो अगदी किरकोळ विषय आहे. मला सत्त्यानं तुमच्याविषयी सांगितलं आहे. मला तुमच्या भूतकाळात काहीही रस नाही. मी काही तुमच्या सौंदर्याचा पुजारी नाही. मी डॉक्टर आहे. मला ठाऊक आहे, आज ना उद्या हे कोड तुमच्या चेहऱ्यावर आणि इतर शरीरावरही पसरणार आहे. ते काही महत्त्वाचं नाही. मानवी देहामध्ये कुठली ना कुठली विसंगती येणं स्वाभाविक आहे ना ! मी त्याचा सर्वंकश विचार केला आहे.'

'तुम्ही विचार केला असेल, डॉक्टर ! पण तुमचे नातेवाईक? या रोगाच्या आनुवांशिकतेकडे आज तुमचं लक्ष नाही.'

'अनुपमा, मला नातेवाईकच नाहीत. आई-वडील नाहीत आणि भावंडंही नाहीत. लोकांच्या बोलण्याकडे लक्ष द्यायचा माझा स्वभावच नाही. हा रोग आनुवांशिक असल्याचं कुठं सिद्ध झालंय? तसं पाहिलं तर डायबेटीससारखे रोग आनुवांशिक असतात. पण आपल्या समाजात लग्नासारख्या बाबतीत या असल्या रोगांची कुणीच चर्चा करत नाही. पण कोड त्वचेवर चटकन नजरेला पडतं, म्हणून याची तेवढी चर्चा होते ! अनुपमा, आणखी दोन महिन्यांत मी मुंबई सोडून गावाकडे जाणार आहे. तुम्हीही महिन्याभराचा अवधी घ्या. सावकाश समग्रपणे विचार करा...'

'तुम्हीही विचार करा, डॉक्टर ! भावनेच्या भरात घेतलेला निर्णय डोकं शांत झाल्यानंतर तापदायक ठरण्याची शक्यता असते. आपण दोघंही पुन्हा एकदा भेटू या...'

'ठीक आहे ! महिन्याभरानं भेटू या ! मी मोजवानीशी बोलून तुम्हांला नंतर कळवतो.'

वसंतला शिंक आली. थंडीची सूचना दिल्याप्रमाणे ! गार वाऱ्यानं त्याचं अंग शहारलं.

मागचं सारं विसरून अनुपमा म्हणाली, 'डॉक्टर, स्वेटर का वापरत नाही?'

वसंत मंद हसत म्हणाला, 'मला कोण स्वेटर विणून देणार? विकत घ्यायचं तर लक्षात राहत नाही. एकंदरीत माझी सर्दीची समस्या जशीच्या तशीच आहे ! निघू मी?'

◆ ◆ ◆

मुंबईमधल्या नरिमन पॉईंटवरच्या प्रसिद्ध पंचतारांकित हॉटेलमध्ये आंतरराष्ट्रीय वैद्यकीय संमेलन भरलं होतं. त्यासाठी देश-विदेशातून अनेक प्रसिद्ध डॉक्टर्स जमले होते.

आनंद हॉटेलच्या पायऱ्यांवरून समुद्र पाहत होता. मनाच्या एका कोपऱ्यात अधूनमधून वेदना उमटत होती. ही वेदना कुणापुढे तरी व्यक्त करून कमीही होण्यासारखी नव्हती. तेवढ्या जवळचं कुणी नव्हतंच. इथं नव्हे, कुठंच नव्हतं. जे घडलं त्याला मी एकटा जबाबदार नाही, असं म्हणून मनाची समजूत घालायचा प्रयत्न केला, तरी मनाचा दुखरा कोपरा ठसठसतच राहिला.

कुणीतरी पाठीवर थाप मारली, तसा तो भानावर आला. त्यानं वळून पाहिलं, इंग्लंडमध्ये दोस्ती झालेल्या आणि आता मुंबईमध्ये स्थायिक झालेल्या प्रकाश अष्टेकराचे घारे डोळे आनंदानं चमकत होते.

'जग लहान आहे हेच खरं ! तू इथं भेटशील, असं डोक्यातच नव्हतं बघ!'

'प्रकाश, मलाही हे अपेक्षित नव्हतं!'

'आता तुला आमच्या घरी आलंच पाहिजे ! रात्रीचं जेवण आमच्या घरी करू या.'

'रात्री येईन. निमा कशी आहे?'

'घरी येशील तेव्हा भेट होईलच !'

आनंद आणि प्रकाश आपले इंग्लंडमधले दिवस आठवण्यात आणि तिथल्या माणसांविषयी बोलण्यात रंगून गेले.

दुपारचं जेवण झाल्यावर आनंद आपल्या खोलीत विश्रांती घ्यायला निघाला. पण प्रकाशनं त्याला सोडलं नाही.

'आनंद, आज टाटा थिएटरमध्ये आपल्यासाठी खास संस्कृत नाटक ठेवलंय. सगळे डेलिगेटस् येतील. त्या निमित्तानं सगळ्यांच्या संमेलनाबाहेर मोकळेपणानं भेटी होतील. चल, आपणही जाऊ या.'

आनंदच्या मनात नाटक पाहण्याची मुळीच इच्छा नव्हती. गेल्या कित्येक वर्षांत त्यानं एकही नाटक पाहिलं नव्हतं. नाटक पाहायचं म्हटल्यावर मनातल्या आठवणींच्या मोहोळावर कुणीतरी दगड टाकल्यासारखं व्हायचं. त्यामुळे तो दमून कष्टी व्हायचा. उकळतं पाणी अंगावर पडलं तर कालांतरानं जखमा भरून येतात, पण डाग तसेच राहतात ना ! अनुपमा त्याच्या जीवनात केवळ तीन महिनेच आली होती. पण त्याच्या संपूर्ण जीवनावर तिच्या आठवणींची छाप कायम राहिली होती. इंग्लंडमधल्या वास्तव्यातही तो कधी नाटक बघायला गेला नव्हता. आता पुन्हा कशाला त्या फंदात पडायचं?

पण या कशाचीच प्रकाशला कल्पना नव्हती. आनंद अविवाहित आहे, अशीच त्याची समजूत होती.

'आनंद, इथलं टाटा थिएटर तू पाहिलंयस काय? कुठल्याही पाश्चात्य रंगमंदिरा-इतकंच उत्तम आहे ते. आपल्या देशात आहे म्हणून तुच्छतेनं बघू

नकोस ! नाटकही चांगलं आहे. स्पष्टपणे उत्तम संस्कृत बोलतात सारे कलाकार ! मागं पाहिलंय मी या ग्रुपचं नाटक–'

प्रकाशला चुकवण्यासाठी आनंद म्हणाला, 'मला संस्कृत समजत नाही.'

'अरे, आधी इंग्लिशमधून कथानक सांगितलं जातं. हा एक नवा अनुभव घ्यायचा. आज मुंबईमध्ये कोण केवळ संस्कृत भाषिक असतं आणि नाटक करतं? ह्या कॉलेजमधल्या विद्यार्थिनी आहेत. तुला समजलं नाही, तर मी समजावून सांगेन. माझ्याकडे नाटकाचं परिचय पत्र आहे.'

आनंद निरुपायानं उठला. समुद्राला सामोरा गेला. जिथं जमीन संपते, तिथं टोकावर विज्ञानाची मदत घेऊन टाटा थिएटर उभारलं होतं. दोघंही आत गेले. प्रकाश थिएटरच्या आतल्या बाजूचं अलंकरण, वास्तूचं वैशिष्ट्य, याविषयी सांगत होता. त्याच वेळी आतली घंटा वाजली.

थिएटरचं आवार भरून गेलं होतं. इतरांबरोबर आनंद आत जाऊन स्थानापन्न झाला.

तिसरी घंटा होताच आतून एका आवाजानं साऱ्यांचं स्वागत केलं. सुस्पष्ट उच्चार. आधी इंग्लिशमधून आणि त्यानंतर संस्कृतमधून.

'मान्यवर रसिक जनहो, आज आम्ही भारतातील पुरातन आणि अतिश्रेष्ठ नाटककार भास याचे सुप्रसिद्ध नाटक 'स्वप्नवासवदत्ता' सादर करत आहोत–'

तो आवाज कधीतरी ऐकल्याचा आनंदला भास झाला. पूर्वीही त्यानं असंच निवेदन ऐकलं होतं '...मान्यवर रसिक जनहो, आज आम्ही संस्कृत कवी, पहिला कादंबरीकार बाणभट्ट विरचित 'कादंबरी' नामक कथेवर आधारलेले 'महाश्वेता' नावाचे कन्नड रूपक सादर करत आहोत,' अनुपमाचं हे निवेदन अजून जसंच्या तसं कानांत आहे काय?... आनंद अस्वस्थ झाला.

निवेदन पुढे चाललं होतं, 'संस्कृत ही आपल्या देशातली अत्यंत पुरातन भाषा आहे. त्यातही भासाचे नाव अजरामर आहे. त्याला 'सरस्वती देवीच्या चेहऱ्यावरील मंद हास्य' म्हटलं जातं. भासकवीनं लिहिलेल्या बारा नाटकांपैकी अत्यंत प्रसिद्धी पावलेलं नाटक 'स्वप्नवासवदत्ता' !

'भासाच्या सर्व नाटकांना अग्निपरीक्षेला तोंड द्यावं लागलं, तेव्हा हे एकमेव नाटक त्या परीक्षेतून पार पडलं, असं म्हटलं जातं. यातील उत्प्रेक्षा लक्षात घेतली, तरी त्यातून नाटकाचं मोठेपण लक्षात येतं...'

निवेदनातील तपशिलाकडे लक्ष न देता आनंद विचारात गढून गेला होता. हा आवाज कुणाचा? अनुपमाचा असेल काय? म्हणजे ती इथंच असेल काय? म्हणजे आपल्या कानावर जे आलं, ती बातमी खोटी होती तर ! की संस्कृत नाटक म्हटल्यावर माझं मन तिचाच विचार करत आहे? हा आपल्याच मनाचा

खेळ तर नसेल?...

प्रकाश आनंदला म्हणाला, 'पाहिलंस? तू म्हणत होतास, समजणार नाही म्हणून! किती बारीकसारीक तपशीलही देताहेत! आमच्या निमाची धाकटी बहीण याच कॉलेजमध्ये शिकते. ती सांगत होती–'

'कोण ह्या?'

'विलेपार्ले कॉलेजमध्ये संस्कृतच्या प्राध्यापिका आहेत ना, त्यांनी दिग्दर्शन केलंय या नाटकाचं! नेहमीच त्या मुलींकडून सुंदर नाटकं बसवून घेतात. यंदा कालिदास महोत्सवात त्यांना पहिल्या क्रमांकाचं बक्षीस मिळालं होतं– तू नाही वाचलंस?'

'त्यांचं नाव काय?' आनंदच्या आवाजाला सूक्ष्म कंप सुटला होता.

प्रकाशचं उत्तर त्याच्या मनातल्या अनेक प्रश्नांचं उत्तर ठरणार होतं.

'अनुराधा की कायसं आहे, नीट आठवत नाही. निमाची ओळख आहे त्यांच्याशी. त्या कॉलेजमधल्या सगळ्याजणी त्यांची ओळख करून घ्यायला टपलेल्या असतात. प्रत्येकीला आशा असते, त्यांच्या नाटकात आपल्यालाही चान्स मिळावा म्हणून!'

आजूबाजूच्या प्रेक्षकांनी 'शू:' म्हणून त्यांचं बोलणं थांबवलं. प्रकाश गप्प बसला. निवेदन अजूनही सुरूच होतं—

'मत्स्यदेशीचा सुंदर राजा उदयनची शिष्या, नंतर प्रेयसी आणि अखेर पत्नी झालेली, अवंती देशाची राजकुमारी वासवदत्ता रूपमती, सुशीला आणि सद्गुणी होती. हे नाटक तिच्या सद्गुणांचा परिचय करून देतं. कोणतीही स्त्री पतीसाठी हवा तो त्याग करू शकेल, पण पतीच्या प्रेमात वाटेकरीण म्हणून येणाऱ्या सवतीचं कधीही स्वागत करू शकणार नाही. वासवदत्ता याला अपवाद आहे. पतीच्या यशासाठी पद्मावती नावाच्या मगध राजकुमारीला वश करून घेण्यासाठी ती प्रेमाचा त्याग करते. त्यामुळे तिला श्रेष्ठ सद्गुणी म्हणून ख्याती प्राप्त झाली आहे. एवढेच नव्हे, वेषांतर करून ती पद्मावतीच्या मैत्रिणीच्या रूपानं पतीच्या विवाहातही सहभागी होते.

'वासवदत्तेसारखी पत्नी मिळाली म्हणून उदयन धन्य होतो! आपली पत्नी लावणकात आगीमध्ये मरण पावल्याच्या खोट्या बातमीमुळे कष्टी झालेला उदयन झोपी जातो, तेव्हा अचानक वासवदत्ता त्याला भेटते. ही भेट त्याला स्वप्नवत वाटते. म्हणून नाटकाचे नाव 'स्वप्नवासवदत्ता' असं आहे.

'प्रत्येक स्त्रीची नेहमीच पतीप्रेमाची अपेक्षा असते. वासवदत्तेला तसाच पती लाभला होता. पत्नी मृत झाल्याची बातमी समजली, तरी तो सतत तिच्याच ध्यानात मग्न असे. स्वप्नात वासवदत्ता भेटली, याच समाधानात तो राहत होता.

'अशा तरल मनाच्या नायकाचं हे नाटक आहे. इतिहासकाळी राजाला बहुपत्नीत्वाची अनुमती असली, तरी तो सतत वासवदत्तेच्याच स्मरणात रमला !

'अशा उदयन राजाच्या आणि वासवदत्तेच्या प्रेमाची कथा ! स्वप्नवासवदत्ता !

'कवी भासाचा काळ कालिदासाच्यापूर्वी आणि अश्वघोषाच्या नंतरचा मानला जातो.

'असे नाटक-रत्न आपल्यासारख्या विद्वानांसमोर सादर करण्याची अनुमती आम्ही सभा-रसिकांकडून नम्रपणे मागत आहोत.

'तर रसिक हो, सादर करत आहोत – स्पप्नवासवदत्ता !'

नाटक सुरू झालं. प्रत्येक पात्राच्या वावरण्यातून, वेशभूषा, संवादाची फेक, इतर सुशोभन यांमधून दिग्दर्शिकेची अभ्यासू वृत्ती दिसत होती. पण आनंदचं तिकडे कुठंच लक्ष नव्हतं. त्याचं मन अस्वस्थ झालं होतं. तो आवाज कुणाचा असेल? ती खरोखरच अनुपमा असेल काय?

'या नाटकातल्या कलाकारांची नावं केव्हा सांगतील? दिग्दर्शन, संगीत, कला, नेपथ्य वगैरे...'

प्रकाश नाटक पाहण्यात मग्न झाला होता. तो म्हणाला, 'एवढी कसली घाई? नाटक संपल्यावर सगळ्यांना प्रत्यक्ष रंगमंचावर बोलावून परिचय करून दिला जाईल ना ! उगाच का अधीर होतोयस? नाटक पाहा आधी !'

नाटक पाहण्यात आनंदला रसच राहिला नव्हता. कथानक आधीच सांगितलं होतं. राजा-राणी-राजकुमारी यांची ही कथा.

उदयनचं विरहदु:ख, वासवदत्तेच्या प्रेमाची कथा, आनंद नाईलाजानं समोरची दृश्यं पाहत होता. भोवतालचे सगळे प्रेक्षक मात्र नाटक पाहण्यात गढून गेले होते. आनंदला कधी एकदा नाटक संपेल असं झालं होतं, तर प्रकाश मात्र उत्साहानं 'आनंद, वेषभूषा तर पाहा ! कुणीतरी जाणकार व्यक्तीनं केल्यासारखं दिसतंय ना?' म्हणत होता.

आनंदचं तिकडं लक्षच नव्हतं.

प्रचंड टाळ्यांच्या कडकडाटात नाटक संपलं. आनंदही त्या आवाजानं वास्तव जगतात आला.

त्यानंतर नट-नट्यांचा परिचय करून देण्यात आला, सहायकांचा परिचय झाला, क्षणाक्षणाला आनंद अधिकच वैतागत होता.

होय ! नि:संशय अनुपमाच ती ! प्रचंड टाळ्यांच्या कडकडाटात अनुपमा रंगमंचावर आली ! हीच अनुपमा काही वर्षांपूर्वी अशीच रंगमंचावर आली होती... प्रेक्षकांमध्ये आनंद बसला होता. आजही तशीच परिस्थिती आहे. त्यावेळी 'महाश्वेता' नाटकाची नायिका म्हणून रंगमंचावर आलेली अनुपमा आता खरोखरच

महाश्वेता होऊन रंगमंचावर उभी होती. तोच आत्मविश्वास, तेच लाघवी बोलणं, तीच नाटकाविषयीची श्रद्धा !

आनंदला हातापायातली शक्ती नष्ट झाल्यासारखं वाटलं.

◆ ◆ ◆

प्रकाश-आनंद दोघंही नाट्यगृहाबाहेर आले. आनंदचं काहीतरी बिनसल्याचं प्रकाशच्या लक्षात आलं होतं. कदाचित प्रकृती बरी नसेल असं त्याला वाटलं. त्यानं सुचवलं, 'चल, आनंद! घरी जाऊ या. तिथं तू विश्रांती घे.'

'नको. आज मी येत नाही. तू प्लीज, निमाला सांग, माझं डोकं खूप दुखतंय ! सॉरी !'

'का? नाटक आवडलं नाही? मला तर फारच आवडलं ! केवळ अद्वितीय ! मी तुला ओढून आणलं, म्हणून तर वैतागला नाहीस ना? तूच सांग, तुला तुमच्या गावात असं नाटक बघायला मिळालं असतं काय?'

तेही खरंच म्हणा ! अनुपमा अशा प्रकारे समोर येणं आणखी कुठंही शक्य नव्हतं.

'त्या प्राध्यापिका– अनुराधांनी काय सुरेख दिग्दर्शन केलं होतं, नाही का?'

'अनुराधा नव्हे– अनुपमा !'

'नावात काय आहे, आनंद? माझ्या तर अजिबात नावं लक्षात राहत नाहीत.'

पण आनंदच्या दृष्टीनं ती अत्यंत महत्त्वाची गोष्ट होती. प्रकाशला जी गोष्ट अगदी कमी महत्त्वाची वाटत होती, त्यावर आनंदचं जीवनसर्वस्व अवलंबून होतं; पण कुणाला सांगणंही अशक्य होतं.

प्रकाशनं कितीही आग्रह केला, तरी तो प्रकाशच्या घरी जायला तयार झाला नाही. समोरच्या समुद्रातल्या लाटांपेक्षाही मोठमोठ्या विचारलहरी त्याच्यावर चाल करून येत होत्या. अखेर प्रकाश निराश होऊन निघून गेला.

प्रकाशची पाठ वळताच आनंद पुन्हा थिएटरात शिरला. प्रेक्षक बाहेर पडल्यामुळे नोकर माणसं थिएटरची दारं-खिडक्या बंद करत होते. इतर आवराआवरी चालली होती.

आनंद सरळ ऑफिसमध्ये गेला. ऑफिस आवरून तिथली माणसंही बाहेर पडायच्या तयारीत होती. आनंदनं तिथल्या क्लार्कला अडवून विचारलं, 'मला अनुपमांचा पत्ता द्याल?'

'कोण अनुपमा?'

'आता जे नाटक झालं ना' त्याच्या दिग्दर्शिका... त्यांचा पत्ता.'

'त्यांचा पत्ता? त्या कपाटाला कुलूप लावलंय. रजिस्टर त्यात ठेवलंय. कदाचित त्यात मिळेल.'

'मग पाहा ना !'

'आता? आता शक्य नाही. त्या विभागाची माणसं निघून गेली. पण रात्रीच्या वेळी तुम्हांला त्यांचा पत्ता कशाला पाहिजे? तुम्ही कोण? तुमचं त्यांच्याशी काही नातं आहे काय?'

'होय.'

'तर मग आमच्याकडे कशाला पत्ता मागता?' क्लार्कनं थोड्या संशयानंच विचारलं, 'हे पाहा, तुम्हांला पत्ता हवा असेल, तर उद्या सकाळी अकरा वाजता या. संबंधीत माणसं इथं असतील. आता आम्हांला उशीर होतोय !... लोकल चुकेल.'

आनंदला सारून ते निघून गेले. आनंद निराश होऊन थिएटरबाहेर आला.

केवळ तिचा पत्ता मिळाला नाही, म्हणून आपलं मन एवढं निराश झालं. त्यावेळी आपण पत्राचं उत्तर लिहिलं नाही, तेव्हा अनुपमाला काय वाटलं असेल? त्या वेळच्या अनुपमाच्या असहायतेचा आज आनंद प्रत्यक्ष अनुभव घेत होता. त्यावर विचार करता करता, आपण त्यावेळी फार मोठी चूक केली, ही भावना दाटून येऊन त्याचं मन आणखी अपराधीपणाच्या भावनेत बुडून जात होतं. जड पावलांनी आनंद आपल्या हॉटेलकडे वळला.

त्याला नाटकातलं अनुपमेचं निवेदन आठवू लागलं– 'प्रत्येक स्त्रीची नेहमीच पतीप्रेमाची अपेक्षा असते. वासवदत्तेला तसा प्रेमळ पती लाभलाही होता !'

पण बहुपत्नीत्वाची सर्वमान्य पद्धत असतानाही केवळ वासवदत्तेवर प्रेम करणाऱ्या उदयनविषयी ती किती भावूकपणे सांगत होती! माझ्या वागण्याच्या पार्श्वभूमीवर तिला ते अधिकच भावलं असेल. म्हणजे आपल्याविषयी तिच्या मनात किती तिरस्कार असेल !

ती विलेपार्ल्याच्या कॉलेजमध्ये संस्कृत शिकवत असल्याचं आनंदला आठवलं. तिकडे फोन करून चौकशी केली तर? पण एवढ्या रात्री तिथल्या ऑफिसमध्येही कुणी असणार नाही.

दुसऱ्या दिवशी तो कॉन्फरन्सच्या कुठल्याही सभेला गेला नाही. प्रकाशलाही भेटला नाही. अनुपमाचा पत्ता मिळवण्यासाठी त्यानं हॉटेलबाहेरून तिच्या कॉलेजला फोन केला.

क्लार्कनं चौकशी केली, 'त्या रजेवर आहेत... तुम्ही कोण? काय पाहिजे?'

'मी त्यांचा नातेवाईक आहे. मला त्यांचा पत्ता द्या.'

'चव्वेचाळीस, हिलरोड, बांद्रा.'

पुढं न बोलता आनंदनं फोन ठेवून दिला.

आता अनुपमाला भेटलंच पाहिजे.

चुका करणं हा मानवाचा सहजधर्म आहे. चूक सुधारून पुढं जगत राहाणं, हेच विवेकीपणाचं आहे. अनुपमाला भेटण्यासाठी जायला कुठली वेळ सोयीची वगैरे विचार न करता आनंद निघाला. टॅक्सीत बसून त्यानं ड्रायव्हरला बांद्र्याचा पत्ता सांगितला.

कालचं नाटक फारच छान झालं, म्हणून वसंत आणि सत्त्यानं एकमुखानं सांगितलं होतं. सगळ्यांना घरी पोहोचवून त्यांनी अखेर अनुपमाला निरोप दिला होता. तिनंही त्यांना म्हटलं होतं, 'याचं श्रेय केवळ माझं नाही. माझ्या विद्यार्थिनींचं, भास कवींचं, त्याहीपेक्षा महत्त्वाचं म्हणजे तुम्हा दोघांचं आणि प्रेक्षकांचं.'

वसंतनं या नाटकाच्या सादरीकरणासाठी केलेली मदत ती विसरली नव्हती.

◆ ◆ ◆

आजची सकाळ नेहमीपेक्षा जरा उशिरा उगवली होती. सकाळची सगळी कामं आवरून अनुपमा नाटकांच्या पुस्तकांच्या ढिगामध्ये जमिनीवर बसली होती.

पुढे कुठलं नाटक बसवायचं? कन्नड संघासाठी एक बसवायचं आहे; एक कॉलेज डेसाठी बसवलं पाहिजे. उज्जैनला कालिदास महोत्सवामध्ये एक खास नाटक बसवलंच पाहिजे. शिवाय नाट्यस्पर्धा आहेच. अशा वेगवेगळ्या वेळी वेगवेगळ्या ठिकाणी योग्य ती नाटकं निवडणं, खरोखरच फार कठीण होतं. एक नाटक निवडलं, की त्यामागच्या ऐतिहासिक माहितीचे तपशील मिळवणं आलं. तशी पुस्तकं कुठं मिळणं शक्य आहे?

दारावरची बेल वाजली. सखुबाई नुकतीच गेल्यामुळे दरवाजा केवळ पुढं लोटला होता. अनुपमा बसल्या जागेवरूनच म्हणाली, 'यस ! कमीन प्लीज !'

आनंद आत आला. हातातलं नाटकाचं पुस्तक चाळत असलेल्या अनुपमानं मान वर करून त्याच्याकडे पाहिलं आणि ती उठून उभी राहिली. अनपेक्षितपणे त्याला पाहताच ती गंभीर झाली. तिच्या तोंडून शब्द फुटेना.

काही क्षण स्तब्धतेत गेले.

सर्वप्रथम अनुपमानंच स्वत:ला सावरलं आणि अतिथिधर्माचं पालन करत ती म्हणाली, 'कृपा करून बसा.'

एके काळी ज्या व्यक्तीच्या दोन ओळींसाठी ती दिवसच्या दिवस फक्त

पोस्टमनची वाट पाहत होती– आणखी काहीही न करता– तीच व्यक्ती आता पत्र न लिहिता स्वत:च समोर हजर झाली आहे! ज्याच्या स्मरणात रात्र-रात्रभर ताऱ्यांमधे नजर खिळवून तपश्चर्या केली गेली, तो समोर येऊन बसला आहे ! 'आनंद, काहीतरी करून तू ये आणि या नरकातून बाहेर पडायचा मार्ग दाखव–' म्हणून कितीतरी व्रतं केली, उपवास केले, नवस बोलले, तो माणूस आज समोरच आहे !

त्या वेळी तिनं लाचारपणे लिहिलं होतं, 'मी किंवा माझ्या वडिलांनी तुमच्या आईंची कुठल्याही प्रकारे फसवणूक केलेली नाही– याची साक्ष फक्त तुम्हीच देऊ शकाल !' त्या वेळी ज्यानं मिठाची गुळणी धरली होती, तो हाच आनंद !

अनुपमेच्या चेहऱ्यावर विषादपूर्ण हसू उमटलं. बोलायलाच बसलं, तर आनंदशी कितीतरी बोलण्यासारखं होतं. तीन महिने तिला त्याचा पती म्हणून सहवास लाभला होता. पण आज आनंद तिला अपरिचितासारखा वाटला. तिला प्रत्येक क्षण युगासारखा वाटत होता. कितीतरी घटनांची मालिका तिच्या डोळ्यांसमोरून तरळून गेली. कोड उमटल्याचं समजल्यानंतरची राधक्कांची वागणूक, माहेरची परिस्थिती, समाजाची वागणूक, आत्महत्येचे मनात तरळणारे विचार...

होय ! आनंद आता आला आहे !

आनंद कितीतरी वर्षांनंतर अनुपमाला पाहत होता. ती काही न बोलता उभी होती. तिचे हात आता पूर्ण शुभ्र झाले होते. पण त्याला त्यात कुरूपता किंवा किळस जाणवली नाही. तिचे सुंदर काळेभोर डोळे आणखी तेजस्वी होऊन चमकत होते. तिचा बोलण्यातला आत्मविश्वास तर त्यानं थिएटरवरच पाहिला होता. साध्या वायलच्या साडीमध्ये अनुपमा सुसंस्कृत धीट स्त्री दिसत होती.

मौनाचा हिमनग वितळवण्याच्या हेतूनं आनंद बोलू लागला, 'कशी आहेस अनुपमा?'

तिनं त्याच्याकडे निरखून पाहिलं. देखणा आनंद काळाच्या प्रवाहात रोडल्यासारखा दिसत होता.

तिनं विचारलं, 'माझा पत्ता तुम्हांला कसा मिळाला?'

'काल तुझं नाटक पाहिलं. फार सुरेख होतं नाटक !'

तुमचंही नाटक फार सुरेख होतं !... थँक्स डॉक्टर !... तिच्या अंतरहृदयातून आठवणींचा लोंढा बाजूला सारत शब्द उमटले– पण तिनं ते ओठांवर येऊ दिले नाहीत.

आनंद अधीर झाला होता.

'मला पाहून तुला राग येईल. मी तुला शोधण्यासाठी किती खटपट केली! पण तुझा पत्ता कुठंच मिळाला नाही.'

'तुम्ही इंग्लंडहून केव्हा आला?'

'दोन वर्षं होऊन गेली. अनुपमा, जीवनात गैरसमज होणं स्वाभाविक आहे. माझं चुकलं असेल, तर तू मला क्षमा कर. जे घडलं ते विसरून जा.'

'तुम्ही बसा ना!' अनुपमानं सहज सौजन्यानं सांगितलं.

'कुणाचं चुकलं- काय चुकलं- काय बोलायचं याविषयी? हे काही केवळ शब्द नाहीत. त्या शब्दांमागचा अर्थ तुम्हांला समजलाच नाही. मला कोड आलं हा माझा दोष काय? कोडामुळे माझं सौंदर्य नष्ट झालं, यात माझं काय चुकलं? गरिबाघरची मुलगी करून घेऊन तिच्या गरिबीची चारचौघांत टर उडवणं, यात कुणाची चूक?'

आनंदकडे यांपैकी कुठल्याही प्रश्नांची उत्तरं नव्हती.

अनुपमा पुढे म्हणाली, 'आनंद, केवळ तुम्हांलाच ठाऊक होतं, मला लग्नाआधी कोड आलं नव्हतं. पण तुम्ही हे तुमच्या आईला सांगितलं नाही. का असे वागलात? आता मला जग कसं आहे, याची कल्पना आली आहे. बायको कुरूप झाली, तर काय करायचं, असं वाटून तुम्ही गप्प बसलात! घरातल्या सोवळ्या-ओवळ्यात बाधा येईल आणि आपल्या घराण्याचा नावलौकिक ढळेल, या भीतिपोटी तुमच्या आई तशा वागल्या. यात चूक कुणाची?'

आनंद अपराधीपणे म्हणाला, 'अनुपमा, यानंतर मी तुझ्यापासून दूर राहाणार नाही. मला क्षमा कर.'

'कुणाला कुणाकडून क्षमा हवी आहे इथं? मी क्षमा केली, तरी काय होणार आहे? रोगानं खितपत पडलेल्या कुत्र्यावर भूतदया म्हणून औषधोपचार करता, मानसिकदृष्ट्या खचून गेलेल्या पत्नीला औषधाची गरज आहे, असं तुम्हांला वाटलं नाही! आनंद, त्यावेळी मला दोन आपुलकीच्या शब्दांची गरज होती, हपापून मी त्यांची वाट पाहत होते!– 'अनुपमा, जे झालं ते असू दे, आपण एकत्र राहू या, आपत्तीला तोंड देऊ, प्रत्यक्ष मार्ग कसा काढायचा, ते नंतर ठरवू. पण एक लक्षात ठेव, मी तुझा आहे...' एवढ्याच शब्दांची मी त्या वेळी चातक पक्ष्यासारखी वाट पाहत होते! तेव्हा काही अर्थ होता या क्षमेला!...'

'अनुपमा, अगदी खरं आहे तुझं! पण तू आमचाही विचार कर. जर हा आजार पुढच्या पिढीला आला, तर काय करायचं ही भीती होती ना! त्यात जर आपल्या घराण्यातल्या मुलींना झाला तर? अशी आईला भीती वाटत होती.'

'आनंद, तुम्ही डॉक्टर आहात– तुम्हांला या संदर्भात मी काही सांगणं योग्य ठरणार नाही. कोड आनुवंशिक आहे असं कुठं सिद्ध झालंय? माझ्या माहितीप्रमाणे आमच्या घरी कुणालाच कोड नाही. तेही जाऊ दे. तुम्ही माझ्याशी या विषयावर नीट बोलला असता, तर मी स्वत: तुमच्याबरोबर पत्नीसारखी न राहता उत्तम

मैत्रिणीसारखी राहिले असते. मी स्वतः तुमचं दुसरं लग्न लावून दिलं असतं. पण तुम्ही मला तशीही संधी दिली नाही. तुमच्या विषयात तुमचं ज्ञान अगाध आहे! तुम्ही मला एक डॉक्टर म्हणून मार्गदर्शन करू शकला असता !'

आनंदला काय बोलावं ते सुचेना.

'आनंद, मला सांगा, तुम्हांलाच कोड झालं असतं तर?... तुम्ही पुढच्या पिढीचा, पुढं कदाचित जन्मणाऱ्या मुलीच्या भविष्याचा विचार केलात, फार उत्तम झालं! पण मीही कुणाची तरी मुलगीच आहे ना? केवळ मला कोड आलं, म्हणून मी माणूस आहे, याचाच तुम्हांला विसर पडला काय?'

आनंद निरुत्तर झाला.

'बोला आनंद ! तुम्हांला कोड फुटलं असतं तर? मीही तुमच्यासारखा विचार केला असता काय? आनुवंशिकतेचा विचार करत तुम्हांला अशीच वाऱ्यावर सोडून निघून गेले असते काय? तुम्ही पुरुष आहात, मी स्त्री आहे, एवढाच फरक ! तुम्हांला सोयिस्कर असेल असा विचार तुम्ही मांडताहात. पती-पत्नी हे नातं असं आहे, की कुणा एकाला काही झालं, तर दुसऱ्यानं त्याला आधार देऊन संसाराचा गाडा पुढं न्यायला पाहिजे. रोगी आधीच वेदनेनं तळमळत असताना त्याला आणखी मारू नये, ही गोष्ट तुमच्यासारख्या डॉक्टरांना समजली नाही, याचं मला आश्चर्य वाटतं ! तुम्ही डॉक्टर म्हणूनही कर्तव्य केलं नाही !'

'खरंय अनुपमा ! तू म्हणतेस ते अगदी खरं आहे !' तो मनापासून म्हणाला. आपल्याला हाच रोग झाला असता तर तिनं आपल्याला पाचोळ्यासारखं दूर लोटलं असतं काय? नशिबाचा भाग म्हणून मुकाट्यानं त्याचाही स्वीकार केला असता ना?

'आनंद, मी स्पर्श केलेली प्रत्येक वस्तू तुमच्या आई 'सोवळं' या नावाखाली पुन्हा धुऊन घ्यायच्या. माझ्या वडिलांना बोलावून घेतलं आणि कोकराला हाकलून द्यावं, तसं हाकलून मोकळ्या झाल्या ! का ठाऊक आहे?'

'का?'

'कारण त्यांचा स्वतःच्या मुलावर अपरिमित विश्वास होता ! आपल्या या वागण्याचा मुलगा कधीही जाब विचारणार नाही, याची त्यांना खात्री होती. तो आपला शब्द ओलांडणार नाही, आपण वागू त्याविरुद्ध ब्र उच्चारणार नाही, हे त्यांना ठाऊक होतं ! तुम्ही तसे वागलात, तरी मी काही तुम्हांला तुमच्या आईविरुद्ध चिथवलं नसतं; मी फक्त एवढंच म्हटलं असतं– तुम्ही विचार करा, विवेकानं या घटनेकडे पाहा !

'माणसाचं जीवनच अस्थिर आहे. हा रोग तुमच्या घरात कुणालाही, कधीच होणार नाही, याची खात्री काय? तुमच्या मुलांनाच उद्या हा रोग झाला, तर काय कराल?'

'तो प्रश्नच येणार नाही, अनुपमा ! मी दुसरं लग्न करणार नाही.'

'पण तुम्ही दुसऱ्या लग्नाला तयार असल्याचं मी अनेकदा ऐकलंय !'

'आईनं तसा आग्रह केला. सुरुवातीला तिच्या समजुतीसाठी 'हो' म्हटलं, तरी मी नंतर नकार दिला. तू म्हटलंस ते सारं अक्षरश: खरं आहे. त्यावर मी काही म्हटलं, तरी तू मान्य करणार नाहीस. पण अनुपमा, उरलेलं आयुष्य आपण का वाया घालवायचं? इथं आईच्या सोवळ्या-ओवळ्याचा अडथळा असेल, तर आपण इंग्लंडला जाऊ या. तिथल्या समाजात असे आक्षेप घेतले जाणार नाहीत. तू तिथं तुझ्या नाटकाच्या आवडीचाही मनाप्रमाणे पाठपुरावा करू शकशील. या वयात आईमध्ये काही बदल घडवून आणणं शक्य नाही. अनुपमा, तू आणखी विचार कर. आपण दोघं मिळून जीवनाला सामोरं जाऊ या.'

'जाऊ दे आनंद ! होरपळून गेलेल्या बीजाला पुन्हा कोंब फुटणं शक्य नाही. आता मला नवरा, प्रेम, माया, सारं निरर्थक आहे असं वाटतं. तुम्ही खूप उशिरा आलात ! मला माझ्या जीवनाचं ध्येय समजलं आहे. आता मला कुठल्याही प्रकारच्या आधाराच्या काठीची गरज नाही. प्रत्यक्ष सूर्याचा प्रकाशच रस्त्यावर उजेड टाकत असताना कंदिलाचा प्रकाश कशाला पाहिजे? एकच सांगते. देवाच्या कृपेनं मला बुद्धी आहे, त्यासाठी आवश्यक ती संधी उपलब्ध आहे ! मुंबईसारख्या महानगरानं मला अपार रक्षण दिलं आहे ! पण सगळ्या महाश्वेतांची परिस्थिती माझ्यासारखी नाही. ज्यासाठी आपण कुठल्याही अर्थी जबाबदार नाही, त्यासाठी परित्यक्तेचं जीवन वाट्याला आल्यामुळे होणाऱ्या दु:ख, वेदनेच्या कल्पनेनंच माझं मन आक्रंदून उठतं. तुम्हांला तुमच्या आयुष्यात तसं कुणी भेटलं, तर तुम्ही त्यांना शक्य असेल ती मदत करा. दयेची भीक नको, माणुसकीच्या दृष्टिकोनातून मदत करा.'

आनंदला काय बोलायचं ते सुचलं नाही.

'आनंद, उशीर झालाय. मला कॉलेजला जायचंय.'

तिनं आपल्याला निघायची सूचना दिल्याचं त्याच्या लक्षात आलं. त्याच वेळी तीव्रपणे जाणवलं, ही आपली अनुपमेशी कदाचित शेवटची भेट असेल.

जिच्याशी लग्न झाल्यावर आपण स्वत:ला सुदैवी समजत होतो, तिच्या जीवनातील मोठ्या वळणाला आपण कारणीभूत झालो, या विचारानं तो सुन्न झाला.

तरी त्यानं शेवटचं विचारलं, 'अनुपमा, आणखी एकदा तू विचार कर!'

पुस्तकं एकत्र करत अनुपमा आत्मविश्वासानं म्हणाली, 'तुम्ही कुलीन घराण्यातले, सुशिक्षित, बुद्धिवान आहात. पण तुम्हांला एक गोष्ट ठाऊक नाही.'

'काय?'

'परस्त्रीला एकेरी नावानं हाक मारणं योग्य नव्हे !–' एवढं सांगून ती आत निघून गेली.

तिच्या बोलण्याचा मथितार्थ समजून आनंद गडबडून गेला.

◆ ◆ ◆

अनुपमेची नजर कॅलेंडरवर गेली. आज कदाचित वसंत येईल, असं तिच्या मनात येत असतानाच दारावरची बेल वाजली.

आत आलेला वसंत आतुरतेनं अनुपमाकडे पाहत होता. हे त्याच्या नेहमीच्या स्वभावाला धरून नव्हतं. पण आज तिनं काय निर्णय घेतला असेल, याविषयी त्याचं मन उत्कंठेनं भरून आलं होतं.

वसंतनं खोलीत नजर टाकली. तिथं काहीही बदल नव्हता. नेहमीप्रमाणे फुलदाण्यांमध्ये तीच पांढरी-निळी फुलं होती. साधी वायलची धुतलेली साडी नेसलेली अनुपमा. घर नेहमीप्रमाणे अतिशय स्वच्छ आणि नेटकं दिसत होतं.

'डॉक्टर, चहा आणते तुमच्यासाठी !'– म्हणत अनुपमा उठली. तिच्या चेहऱ्यावरील भाव पाहून वसंतला काहीच अंदाज बांधता येईना. तोच सुंदर चेहरा, तेच चेहऱ्यावरील मंद हास्य, तोच चेहऱ्यावरील अगम्य अलिप्त भाव !–

'काय विचार केला तुम्ही?' न राहवून वसंतनं विचारलं.

'गेले आठ दिवस मी विचार करत आहे, डॉक्टर ! तुम्ही मला विसरून जा !'

'का?'

'डॉक्टर, मला हा संसार, नवरा, घर, मुलं, आई, भावंडं ही सगळी नाती खोटी वाटताहेत. माझा अनुभव पाहता मला संसाराच्या जंजाळात अडकण्याची मुळीच इच्छा नाही. माझी मी आणि सगळे माझेच. कृपा करून मला त्यात खेचू नका. तुम्ही तुमच्या गावी अवश्य जा. तिथं शेकडो रोगी तुमची वाट पाहत असतील. त्यांच्या सेवेत रममाण होणं ही तुमच्या जीवनाची अदम्य आशा आहे. माझ्या जीवनाचा मार्गच वेगळा आहे–

'डॉक्टर, खेड्यांमध्ये किंवा आपल्या जगात माझ्यासारख्या कोड असलेल्या स्त्रीच्या वाट्याला एक तर तिरस्कार येतो किंवा दया ! मी त्याचा भरपूर अनुभव घेतला आहे. मी तुमच्याबरोबर गावी आले, की मला पुन्हा त्याच अनुभवांना सामोरं जावं लागेल. तुम्हांला त्याचं फार दुःख होईल ! तुम्हांला दुःखी करायला मी जबाबदार झाले, तर मलाही वाईटच वाटेल ना? तुम्हांला मात्र याच लोकांबरोबर राहायचं आहे. हे माणसांचं निबिड अरण्य, जिथं जगणंही अशक्य होतं, ती मुंबईच मला अत्यंत प्रिय आहे. इथं केवळ माणुसकीची ओळख पटते. जाती,

पंथ, भाषा यापेक्षाही डॉलीनं माझ्यावर विश्वास ठेवला आणि हे घर माझ्यावर सोपवून निघून गेली ! हे आणखी कुठल्या लहान गावात शक्य आहे काय? तुम्हीच सांगा. आणखीही सांगते– मला कोड आहे, ही गोष्ट या गावात मी जेव्हा आरसा पाहते, तेव्हाच लक्षात येते ! पदोपदी मला त्याची आठवण करून देणारी माणसं इथं माझ्या जवळपास नाहीत. तुम्ही दया करा, माझ्या निर्धाराला तुम्ही मोडता घालू नका !'

'अनुपमा, तुमचं पुढचं जीवन? खेड्यात राहावं लागेल, म्हणून तुम्ही हे म्हणता काय?'

'तसं नाही– मी मुंबई का सोडू शकणार नाही, त्यामागचं कारण सांगितलं मी. माझं पुढचं जीवनही असंच जाईल. माझी आवडती शिक्षिकेची नोकरी, माझे विद्यार्थी-विद्यार्थिनी, माझी आवडती रंगभूमी ! दर वर्षी नवेनवे विद्यार्थी येतील. त्या नव्या लाटांबरोबर मीही वाढेन. त्यांच्या जगात मी स्वतःला विसरून जाईन. माझी जीवनाकडून याहून जास्तीची अपेक्षाच नाही. जीवनानं मला सर्वोत्कृष्ट असं दिलं आहे ! माझा हाच स्वर्ग आहे !'

'पण पुढं?'

'पुढचं कुणाला ठाऊक आहे डॉक्टर? जीवनाची कुणाची अखेर कशी, ह्याविषयी कुणीही ठामपणे सांगू शकत नाही. ज्यांना मुलं नाहीत, त्यांचं पुढचं आयुष्य कसं असतं? तेही जाऊ दे, ज्यांना मुलं आहेत, पण वृद्धपकाळी आई-वडिलांना विचारत नाहीत, त्यांचं जीवन कसं असतं? मी फार पुढचा विचारच करत नाही.'

'अनुपमा, यावर तुम्हांला काय सांगावं हे मला समजत नाही.'

अनुपमाचे डोळे पाण्यानं तुडुंब भरले होते.

'डॉक्टर, मी तुम्हांला कधीही विसरणार नाही. तुमच्या अंतःकरणाचं मला सतत स्मरण राहील. मला हा रोग झाल्यावरही वैज्ञानिक दृष्टीनं विचार करून तुम्ही माझ्याशी लग्न करायला तयार झालात ! माझ्या दृष्टीनं ही फार मोठी गोष्ट आहे ! पण ह्या अनुभवांमधून जाताना मीही वेगळीच होऊन गेले आहे. आज मला गृहस्थ-जीवनाचाच वीट आला आहे. तुम्ही तुम्हांला अनुरूप आणि तुमच्या स्वभावाशी मिळत्याजुळत्या मुलीचा शोध घेऊन तुमच्या जीवनाचं ईप्सित साध्य करून घ्या. एखादी डॉक्टर सहचरी भेटली, तर फारच उत्तम! माझ्या शुभेच्छा सतत तुमच्या पाठीशी असतील. मुंबईला याल, तेव्हा तुमच्या या मैत्रिणीला विसरू नका. जनारण्य मुंबई शहरात तुमची ही महाश्वेता मैत्रिण तुम्हांला कुठल्याही स्वरूपाचं साहाय्य करायला सतत तयार आहे, हे विसरू नका. आपल्या दोघांमधला स्नेह लग्नात रूपांतरित होऊन संपून जायला नको ! हे

आठ दिवसही आपण मित्रांप्रमाणे राहू या आणि आठ दिवसांनंतर उत्तम मित्रांप्रमाणे परस्परांना निरोप देऊ या !'

तिच्या डोळ्यांतले अश्रू बांध फोडून ओघळू लागले. तिनं संपूर्ण विचार करून बुद्धीच्या आधारे हा निर्णय घेतला असला, तरी तिच्या भावनांना अश्रूरूपानं वाट मिळाली होती. ते लपवण्यासाठी ती आत निघून गेली.

भावनावेग कमी झाल्यावर ती बाहेर आली, तेव्हा तिच्या हातात एक प्लॅस्टिकची पिशवी होती.

'डॉक्टर, तुमचं गावी जायचं कधी ठरलं? माझी आठवण ठेवा. ही माझी एक लहान भेट ! तुम्ही माझी काळजी करू नका. तुमचे सत्त्या इथंच राहणार आहेत. आवश्यकता असेल, तेव्हा ते मला मदत करतील. तुम्ही मुंबईला याल तेव्हा मात्र मला भेटल्याशिवाय जायचं नाही.'

वसंतनं पिशवी खोलून आतलं पुडकं बाहेर काढून पाहिलं, तो गडद निळ्या रंगाचा अनुपमानं विणलेला स्वेटर होता !

अनुपमानं चेहरा हसरा केला. वसंतही भावविवश होऊन हसला.

मनात येत होतं, थोडी आधी अनुपमाशी ओळख झाली असती, तर एवढं अमूल्य रत्न मी गमावलं नसतं ! हिच्या मनातली भावना दृढ होण्याआधी का भेट झाली नाही?

एवढ्यात दारावरची बेल वाजली. दार उघडलं, तरी बाहेरच्या विनितेनं आत डोकावून निश्चल वसंतकडे पाहिलं. हसऱ्या अनुपमाकडे पाहून तिनं विचारलं, 'मॅडम, येऊ?'

'ये विनिता. डॉक्टर आले आहेत.'

विनिता आत आली. वसंतपुढे आपलं काम अनुपमाला सांगावं की सांगू नये, अशा विचारात असताना अनुपमा म्हणाली, 'काय, ग? काय काम होतं?'

'मॅडम, आमच्या कन्नड संघाच्या नाडहब्बासाठी तुम्ही कुठलं नाटक बसवायचं ठरवलंय?'

'तुम्ही नाटक सादर करणार आहात ! मी केवळ दिग्दर्शन करणार. तुम्ही सगळे मिळून ठरवा. ही काही नाटकं आहेत, ती पाहा.'

'मॅडम, तुम्ही कॉलेजमध्ये शिकत असताना बाणभट्टाच्या कादंबरीवर आधारलेलं महाश्वेता नावाचं नाटक केलं होतं ना?'

'हो ! पण तुला कुणी सांगितलं?'

'माझी मावशी सांगत होती. ती तुम्हांला ज्युनियर होती. आशा तिचं नाव. तुमच्या लक्षात नसेल.'

'ठीक आहे. तुम्हा सगळ्यांना ते आवडलं असेल, तर तेच बसवता येईल.'

अनुपमा क्षणभर स्तब्ध होऊन एकदम त्या पात्राच्या मनोभूमिकेत शिरून उद्गारली, – 'जशी चंद्राची रोहिणी, जसे सूर्याचे कमळ, जशी नारायणाची लक्ष्मी – तशीच मी तुझी ! हा कुणीही असो, कुठंही असो – यावरचं माझं प्रेम अचल आहे, हिमालयाप्रमाणे स्थिर आहे, शांत सागराप्रमाणे खोल आणि मानस सरोवराप्रमाणे निर्मळ !...'

नाटकात महाश्वेताची भूमिका करू इच्छिणारी विनिता आणि वास्तव जीवनात पुंडरीकाप्रमाणे असूनही महाश्वेतेच्या जीवनाशी एकरूप न झालेला वसंत, अनुपमाकडे पाहत राहिले.

अनुपमाच्या ओठावर मंद हास्य होतं.

केवळ वसंतालाच त्या हास्यामागील अर्थ पूर्णपणे उमगला.

◆ ◆ ◆

सुधा मूर्ती यांची साहित्यसंपदा

वाइज अँड अदरवाइज

आस्तित्व

त्रिशंकू

थैलीभर गोष्टी

कल्पवृक्षाची कन्या

महाश्वेता

परीघ

गोष्टी माणसांच्या

आजीच्या पोतडीतल्या गोष्टी

बकुळा

सर्पाचा सूड

सामान्यांतले असामान्य

पितृऋण

पुण्यभूमी भारत

तीन हजार टाके

डॉलर बहू

स्वर्गाच्या वाटेवर काहीतरी घडलं...

गरुडजन्माची कथा

हरवलेल्या मंदिराचे रहस्य

सुकेशिनी

आयुष्याचे धडे गिरवताना